பிரமிள்
தேர்ந்தெடுத்த கவிதைகள்

பிரமிள்

தேர்ந்தெடுத்த கவிதைகள்

தொகுப்பாசிரியர்

சுகுமாரன் (பி. 1957)

கோவையில் பிறந்தவர். அச்சிதழ், தொலைக்காட்சி, நூல் வெளியீட்டுத் துறைகளில் பணியாற்றியவர். கவிஞர், கட்டுரையாளர், நாவலாசிரியர், மொழிபெயர்ப்பாளர். காலச்சுவடு இதழின் பொறுப்பாசிரியர். கனடா தமிழ் இலக்கியத் தோட்டம், கோவை கொடீசியா அமைப்பு ஆகியவற்றின் வாழ்நாள் சாதனையாளருக்கான இயல் விருது, புத்தகத் திருவிழா விருதுகளை 2016, 2023ஆம் ஆண்டுகளில் பெற்றார்.

தொடர்புக்கு: nsukumaran@gmail.com

அன்பார்ந்த வாசகருக்கு,

வணக்கம்.

காலச்சுவடு நூலை வாங்கியமைக்கு நன்றி.

நூலின் உள்ளடக்கம், உருவாக்கம், அட்டைப்படம் இன்ன பிற அம்சங்கள் பற்றிய உங்கள் கருத்துகளையும் ஆலோசனைகளையும் காலச்சுவடு வரவேற்கிறது. தகவல், எழுத்து, வாக்கியப் பிழைகள் தென்பட்டால் அவசியம் தெரிவித்து உதவுங்கள். நூல் தயாரிப்பில் கடும் குறைபாடு இருப்பின் மாற்றுப் பிரதி உங்களுக்குக் கிடைக்கக் காலச்சுவடு ஏற்பாடு செய்யும்.

மின்னஞ்சல்: publisher@kalachuvadu.com

காலச்சுவடு நாகர்கோவில் அலுவலகத்திற்குக் கடிதம் அனுப்பலாம்.

தங்கள்
எஸ்.ஆர். சுந்தரம் (கண்ணன்)
பதிப்பாளர் — நிர்வாக இயக்குநர்

Unauthorised use of the contents of this published book, whether in e-book or hardcopy format, for any type of Artificial Intelligence (AI) training — including but not limited to Machine Learning, Deep Learning, Natural Language Processing, Computer Vision, Chatbot Training, Image Recognition Systems, Recommendation Engines, and Language Models — is strictly prohibited without prior licensing from the publisher. Any such unauthorised use may result in legal action.

பிரமிள்
தேர்ந்தெடுத்த கவிதைகள்

தொகுப்பாசிரியர்
சுகுமாரன்

காலச்சுவடு பதிப்பகம்

பிரமிள் ♦ தேர்ந்தெடுத்த கவிதைகள் ♦ ஆசிரியர்: பிரமிள் ♦ தொகுப்பாசிரியர்: சுகுமாரன் ♦ © கே. சுப்பிரமணியன் ♦ முதல் பதிப்பு: மே 2016, பதினான்காம் பதிப்பு: ஜூலை 2025 ♦ வெளியீடு: காலச்சுவடு பப்ளிகேஷன்ஸ் (பி) லிட்., 669, கே.பி. சாலை, நாகர்கோவில் 629001

pramiL ♦ Selected Poems ♦ Author: Pramil ♦ Compiler: Sukumaran ♦ © K. Subramanian ♦ Language: Tamil ♦ First Edition: May 2016, Fourteenth Edition: July 2025 ♦ Size: Demy 1 x 8 ♦ Paper: 18.6 kg maplitho ♦ Pages: 128

Published by Kalachuvadu Publications Pvt. Ltd., 669, K.P. Road, Nagercoil 629001, India ♦ Phone: 91-4652-278525 ♦ e-mail: publications @kalachuvadu.com ♦ Printed at Mani Offset, Chennai 600077

ISBN : 978-93-5244-049-8

07/2025/S.No. 726, kcp 5892, 18.6 (14) ass

பொருளடக்கம்

முன்னுரை: தீயின் தெளிவு	9
நான்	13
மறைவு	14
நிழல்கள்	16
பேச்சு	17
விசாரம்	18
கதவு	19
சாவு	20
கோவில்	21
எல்லை	22
தேடுதல்	23
வினா – விடிவு	24
பார்வை	26
சொல்	28
பிரமிட்	29
பிரதி	30
பழைமை	32
அடிமனம்	34
$E=mc^2$	36
தவம்	39
(உன்) பெயர்	40
கோத்ரம்	41
அறைகூவல்	42

நாளை புரட்சி	44
பாலை	45
அற்புதம்	46
தாசி	48
ஊமை	50
ராமன் இழந்த சூர்ப்பநகை	51
குறுங்காவியம்: கண்ணாடியுள்ளிருந்து	52
காவியம்	62
அருவுருவம்	63
பிறவாத கவிதை	64
மூன்று இந்தியக் குழந்தைகள்	65
குமிழிகள்	66
பசி	67
நிகழ மறுத்த அற்புதம்	68
பசுந்தரை	70
முதல் முகத்தின் தங்கைக்கு	72
(என்) பெயர்	75
கன்னி	76
மோஹினி	77
வண்ணத்துப்பூச்சியும் கடலும்	80
மண்டபம்	81
பியானோ	86
கடல் நடுவே ஒரு களம்	88
இருபத்திநாலு மணிநேர இரவு	90
உதிரநதி	92
இரும்பின் இசை	94
கீற்று	96
கிரணம்	97
இடம்	98
பிரமிளின் கவிதைகள்: ஓர் உரையாடல் எம். யுவன், சுகுமாரன் 'கடலாய் விரியும் நீர்மொக்குகள்'	99

முன்னுரை

தீயின் தெளிவு

தமிழில் நவீன விமர்சனத்துக்காகவே சி.சு. செல்லப்பா தொடங்கிய சிற்றிதழான *எழுத்து* புதுக் கவிதையின் வளர்ச்சிக்களமாக மாறியது தற்செயல். ஆனால் *எழுத்து* இதழ் முன்னிலைப் படுத்திய கவிஞர்களில் தருமு சிவராமு என்ற பிரமிளும் அறிமுகமானது முக்கிய நிகழ்வு. அந்தச் சிற்றிதழ் வாயிலாக அறியப்பட்ட பல கவிஞர்களும் இன்று காலத்தால் மறைக்கப்பட்டு விட்டார்கள்; சிலர் பின்னுக்குத் தள்ளப்பட்டு விட்டார்கள். அறிமுகமான தருணத்திலிருந்து ஏறத்தாழ நாற்பது ஆண்டுகள்வரை நவீனத் தமிழ்க் கவிதையின் மிக முக்கிய ஆளுமையாக இருந்தார் பிரமிள். அவரது அறிமுகத்தை நிகழ்வு என்று குறிப்பிடக் காரணம் இதுவே.

எழுத்து இதழுக்கு முன்னரே புதுக் கவிதை முயற்சிகளில் ஈடுபட்டிருந்தவர்கள் கு.ப. ராஜ கோபாலனும் ந. பிச்சமூர்த்தியும். அவர்கள் எழுதி முன்பே வெளியான கவிதைகள் *எழுத்து*வில் மறுபிரசுரம் செய்யப்பட்டன. இந்த இருவருடன் *எழுத்து* மூலம் தெரிய வந்த இருபத்திரண்டு கவிஞர்களின் கவிதைகளையும் சேர்த்து - இருபத்து நான்கு கவிஞர்களின் அறுபத்து மூன்று கவிதைகள் என்ற வாசகத்துடன் 'புதுக்குரல்கள்' தொகுப்பு வெளியிடப்பட்டது. இருபத்திரண்டு கவிஞர்களில் பலரும் பின்னர் கவிதையை விட்டு விலகினார்கள்; அல்லது கவிதை அவர்களை விட்டு விலகியது. அந்த இருபத்து இரண்டில் பத்துக்கும் குறைவான பெயர்களே இன்றைய கவிதை வாசகனுக்கு நினைவுக்கு வரக் கூடியவை. அதில் தவிர்க்கவே

முடியாத பெயர் பிரமிள். புத்தாயிரத்தின் ஆரம்ப வருடங்கள் வரை அவரது பங்களிப்புப் பரவலாகப் பேசப்பட்டது. அவரது பாதிப்பு அங்கங்கே தென்பட்டது. இரண்டாயிரத்தின் ஆரம்ப ஆண்டுகளில் தமிழ்க் கவிதை அதன் பழைய அலகுகளையும் அணிகளையும் துறந்து நேரடியான மொழிதலுக்குள் நுழைந்த பின்னர் பிரமிளின் பாதிப்பு குன்றியது; எனினும் முற்றாக மறைந்துவிடவில்லை.

பிரமிள் தீவிரமாகக் கவிதையாக்கத்தில் ஈடுபட்டு வந்த காலத்தில் அவரது பாதிப்பு வலுவானதாகவே இருந்தது. அபி, அப்துல் ரகுமான், பிரம்மராஜன், (அவரது கவிதையாக்க முறையி லேயே தொடர்ந்த ரிஷி, ரங்கநாயகி) ஆரம்பகால தேவதேவன், பிரேதா போன்றவர்களின் கவிதைகளில் அந்தப் பாதிப்பின் நிழலைப் பார்க்க முடிந்திருக்கிறது. இது இந்தக் கவிஞர்களைக் குறைவாக மதிப்பிடுவது அல்ல; ஒரு மொழியில், ஒரு காலப் பகுதியில் வலுவாகச் செயல்படும் கவிஞனின் தாக்கம் அந்த மொழியில் பொது வழக்காக மாறும்; மறைமுகமாகவேணும் பிற கவிஞர்களால் கையாளப்படும் என்ற உயிர்த் தொடர்ச்சிக்கான எடுத்துக்காட்டு மட்டுமே. பிரமிள் கவிதைகளின் ஓங்கிய தொனியை விலக்கினால் அவரிடமும் வள்ளலார், பாரதி, பிச்சமூர்த்தி ஆகியோரின் கவிமொழியின் கூறுகளைப் பார்க்கலாம். இதை உட்கொண்டும் மீறியுமே ஒரு கவிஞன் தனது தனித்துவமான கவிமொழியை உருவாக்குகிறான். கவிதை 'ஜட வஸ்துவல்ல'; எனவே தொடர்ச்சியானது.

○○○

புதுக்கவிதை என்ற வடிவம் அணுக்கமானதாகவும் கைவசப் படக் கூடியதாகவும் உணர்ந்த ஆரம்ப காலத்தில் நான் பின்பற்ற விரும்பிய கவிஞர்கள் சிலரில் பிரமிளும் ஒருவர். அவரது சாயலில் சில கவிதைகளை முயன்று தோற்றபோது புரிந்தது, இது நமக்குப் பொருந்தாது என. எனினும் பிரமிள் கவிதைகளை வாசித்ததன் மூலம் பெற்ற பாடங்கள் எனது கவிமொழியைக் கண்டடைய ஆதாரமாக இருந்தன. அதற்கு நன்றி தெரிவிக்கும் எளிய செயலே இந்தத் தொகுப்பு.

1960-98 காலஅளவில் பிரமிள் எழுதிய கவிதைகள் கால சுப்ரமணியனால் தொகுக்கப்பட்டுள்ளன. அவற்றின் எண்ணிக்கை சுமார் நூற்று ஐம்பது. இந்த நூற்று ஐம்பது கவிதைகளிலிருந்து என்னைக் கவர்ந்த, பரவசப்படுத்திய, சிந்திக்கத் தூண்டிய, பயிற்றுவித்த, வாழ்வுடன் பொருத்திப் பார்த்த கவிதைகளைத் தேர்ந்தெடுத்திருக்கிறேன். இந்தத் தேர்வு தன்னிச்சையானது; தற்சார்பானது. பிரமிளின் ஆகச் சிறந்த கவிதைகளின் தொகுப்பு

என்றோ அவரை முழுமையாகப் பிரதிநிதித்துவப்படுத்தும் தொகுப்பு என்றோ இதற்கு உரிமை பாராட்ட இயலாது. எனக்கு வழங்கப்பட்ட வாய்ப்பில் எனக்கு விருப்பமான கவிதைகளைத் தேர்ந்தெடுத்திருக்கிறேன். அந்தத் தேர்வின் பொது இயல்பு என்ன என்பதை வாசகரால் கண்டுகொள்ள முடியும்.

தொகுப்புக்காகக் கவிதைகளைத் தேர்வு செய்துகொண் டிருந்தபோது தனிப்பட்ட உணர்வுகளும் படர்ந்தன. 'அறைகூவல்' கவிதை தந்த சிலிர்ப்பு, 'காவியம்' ஏற்படுத்திய எண்ணக் கிளர்ச்சி, 'மண்டபம்' உருவாக்கிய பீதி, 'பாலை' என்ற கவிதை ஊற்றாகத் திறந்துவிட்ட துக்கம் போன்ற கலவையான உணர்வுகள் மனதுக்குள் ததும்பின. அந்தத் ததும்பலே கவிதைத் தேர்வைத் தீர்மானித்தது. இதுவே இன்னொருவருக்கு அவரது மனப்பாங்கையும் கவிதை குறித்த அணுகுமுறையையும் ஒட்டி வேறு கவிதைகள் கொண்ட தொகுப்பாக அமையலாம்.

இந்தத் தொகுப்புக்கான கவிதைகள் பெரும்பாலும் பிரமிளின் முதல் நூலிலிருந்தே தேர்வு செய்யப்பட்டவை. *அஃக்* வெளியீடாக வந்த 'கண்ணாடியுள்ளிருந்து' (1973), 'கைப்பிடியளவு கடல்' (மணி பதிப்பகம், 1976), 'மேல்நோக்கிய பயணம்' (*படிமம்* வெளியீடு, 1980) ஆகிய நூல்களிலிருந்தும் சிற்றிதழ்களிலிருந்தும் தொகுக்கப்பட்டன. மறைந்த நண்பர் ராஜ மார்த்தாண்டனின் சேகரமும் அவர் தொகுத்த *கொல்லிப்பாவை* இதழ்த் தொகுப்பும் (மருதா வெளியீடு, 2004) உதவின. பிரமிள் எழுபதுகளில் *கசடதபற* இதழில் கவிதைகளை எழுதியிருக்கிறார். ஆனால் *கசடதபற* இதழ்த் தொகுப்பில் அவரது ஒரு கவிதையும் இடம் பெற்றிருக்கவில்லை என்பதை இங்கே ஒரு தகவலாகப் பதிவு செய்கிறேன். கால சுப்ரமணியன் 1998இல் *லயம்* வெளியீடாகப் பதிப்பித்த 'பிரமிள் கவிதைகள்' தொகுப்பையும் அதே நூலுக்கு 2007ஆம் ஆண்டு *அடையாளம்* கொண்டுவந்த மறு பதிப்பையும் உறுதுணை நூல்களாகப் பயன்படுத்தியிருக்கிறேன். அவர்களுக்கு நன்றி.

○○○

யுவன் சந்திரசேகர் கால் நூற்றாண்டுக் காலத்துக்கும் மேலாக என் இலக்கிய நண்பர். கடந்த பத்தாண்டுகளாக நெருங்கிய நண்பர். இலக்கியக் கூட்டங்களில் பங்கேற்கச் சென்று ஒரே அறையில் தங்கிய பெரும்பாலான சந்தர்ப்பங்களில் இலக்கியம் சார்ந்த நீண்ட உரையாடல்களில் ஈடுபட்டிருக்கிறோம். அதுபோன்ற உரையாடல் தருணமொன்றில் முன்னோடிக் கவிஞர்களைப் பற்றி விரிவாகப் பேசிப் பதிவு செய்தால் என்ன என்ற யோசனை எழுந்தது. சுந்தர ராமசாமியின் பேரனும்

நண்பர் கண்ணனின் மருமகனுமான நந்து சுந்தரத்தின் திருமணத்துக்காக நாகர்கோவிலில் சந்திப்பதாக இருந்தோம். யோசனையைச் செயலாக்க அந்த வாய்ப்பைப் பயன்படுத்திக் கொண்டோம். நகுலன் கவிதைகளை வாசித்து அதையொட்டி உரையாடினோம். நகுலனின் தேர்ந்தெடுத்த கவிதைகளையும் அதற்குப் பின் இணைப்பாக உரையாடலையும் சேர்த்து நூலாக்க முடிவெடுத்தோம். *காலச்சுவடு தமிழ் கிளாசிக் கவிதை வரிசையில் 2012இல் நூல் வெளியானது.*

முன்னோடி கவிஞர் ஒருவரைப் பற்றிப் பிந்திய தலைமுறையைச் சேர்ந்த கவிஞர்கள் என்ன கருத்துக்கொண் டிருக்கிறோம், அவரது எழுத்தின் தடங்களை எவ்வாறு பின்பற்றுகிறோம், அவரது ஆளுமையை எந்தவகையில் புரிந்துகொள்கிறோம் என்று தொகுத்துப் பார்ப்பதே எங்கள் நோக்கமாக இருந்தது. ஒருவித சோதனை அது. ஆனால் அந்தச் சோதனை முயற்சி வாசகர்களால் பொருட்படுத்தப்பட்டிருக்கிறது என்பதைத் தொடர்ந்து வந்த நூலின் பதிப்புகள் நிறுவின. அந்த உற்சாகத்தில் பிற முன்னோடிகளைக் குறித்தும் உரையாடத் தீர்மானித்தோம். அவ்வாறு நிகழ்த்திய உரையாடலில் இரண்டா வது பிரமிள் கவிதைகள் பற்றியதாக அமைந்தது.

காலச்சுவடு பதிப்பகமும் ஈரோடு இலக்கியச் சுற்றமும் இணைந்து 2014 செப்டம்பரில் நடத்திய மொழிபெயர்ப்பு நூல்கள் அறிமுக விழாவில் பங்கேற்கச் சென்றபோது பிரமிள் கவிதைகள் குறித்த உரையாடலை மேற்கொண்டோம். சில மணி நேரங்கள் நீங்கலாக பாதி பகலும் பாதி இரவுமாகத் தொடர்ந்த உரையாடலி லிருந்து தேர்ந்தெடுத்த பகுதிகள் இங்கு தொகுக்கப்பட்டுள்ளன.

பிரமிளின் கவிதைகள் வாசிக்கப்படும் தருணங்களைவிட மகத்தான இலக்கியத் திருவுருவாக அவர் ஆராதிக்கப்படும் சந்தர்ப்பங்களே இங்கு அதிகம். 'கைப்பிடி அளவு கடலாய் இதழ் விரிய காத்திருக்கும் அரும்புக் குமிழிகள்' பிரமிள் கவிதைகள். அவற்றுக்குரிய தீவிர வாசிப்பை அவை பெறவில்லை என்ற சந்தேகத்தை எங்கள் வரையிலாவது தீர்த்துக்கொள்ளவே இந்த உரையாடல். கவிதை வாசகர்களின் பங்களிப்பு இந்த உரையாடலை முழுமையாக்கும். அதன் வாயிலாக பிரமிள் கவிதைகள் தொடர்பாக மறுவிவாதம் உருவாகும் என்று நம்புகிறேன்; உருவாக வேண்டும் என்று விரும்புகிறேன்.

திருவனந்தபுரம் **சுகுமாரன்**
28 மே 2016

நான்

ஆரீன்றாள் என்னை?
பாரீன்று பாரிடத்தே
ஊரீன்று உயிர்க்குலத்தின்
வேரீன்று வெறும்வெளியில்
ஒன்றுமற்ற பாழ்நிறைத்து
உருளுகின்ற கோளமெலாம்
அன்று பெற்றுவிட்டவளென்
தாய்!

வீடெதுவோ எந்தனுக்கு?
ஆடு(ம்) அரன் தீவிழியால்
மூடியெரித்துயிரறுத்த
காடு ஒத்துப் பேய்களன்றி
ஆருமற்ற சூனியமாய்
தளமற்ற பெருவெளியாய்
கூரையற்ற நிற்பது என்
இல்!

யாரோ நான்? – ஓ!ஓ!–
யாரோநான் என்றதற்கு
குரல்மண்டிப் போனதென்ன?
தேறாத சிந்தனையும்
மூளாது விட்டதென்ன?
மறந்த பதில் தேடியின்னும்
இருள் முனகும் பாதையிலே
பிறந்திறந்து ஓடுவதோ
நான்!

●

எழுத்து, ஜனவரி 1960

மறைவு

கூந்தலில் விடிந்து
வெடித்தெழும் வெண்முகம் . . .
கண்ணிமைச் சிறகில்
ஆசைகள் நடுங்கும் . . .
இதழில் உதறலில்
நேசத்துளிகள்
உதிரும் . . .

ஆனால்,
முன்னும் பின்னும்
கெஞ்சும் கண்கள்,
நடுவில்
முத்தக் கனலில்
இதழ்கள் கரைகையில்
ஒளித்து மறையுது.

ஏன்?
திருப்திச் சுடரில்
தியானித்திருக்கவா?
கனவுக் குமிழாய்
விழிக்குழி நீக்கி
நினைவில் அலையவா?

எங்கே?
நெருக்கத் திரையிலா?
இதழ்மதுக் கசிவின்
போதைக் குளத்திலா?
நெருப்புச் சுனையெழும்
இதயப் பிளவிலா?

ஏன்?..
எங்கே?..

●

எழுத்து, டிசம்பர் 1961

நிழல்கள்

பூமியின் நிழலே வானத்திருளா?
பகலின் நிழல்தான் இரவா?

இல்லை,
பூமிப்பந்தின் பின்னே
இருளின் பிழம்பு
இரவில் குளித்து
உலகம் வீசும்
வெளிச்சச் சாயை பரிதி.

ஆமாம்.
இரவின் நிழலே பகல்;
இருளின் சாயை ஒளி

●

எழுத்து, டிசம்பர் 1961

பேச்சு

கேள், அழகு கதைக்கிறது
பச்சைச் சதையுதடு
ரத்தப் பளபளப்பு.
கண்ணின் இமைக்கரங்கள்
மெல்ல அருகழைக்கும்.
பார்வைச் செவிப்பறையில்
பருவம் முரசறையும்.

பூவின் இதழ்ச் சுவருள்
வண்டுக்குரல் ஒலிகள்
மோதி மடிகிறது.
முத்தத்திரை மறைவில்
பேச்சுப் புதைகிறது.

ஆனால், ரத்தம் கதைக்கிறது
மவுனம் அதிர்கிறது.

●

எழுத்து, டிசம்பர் 1962

விசாரம்

உயிர் நீர்
ஊறும் கிணறா
உடல்?

உயிர்தானென்ன?
வானைக் கிழித்த
ஆதிப்பெருமால்
நிலத்தில் பதித்த
விழுது.

உடலோ?
விழுதைத் தொட்டு
விழுங்க முனைந்து
ஊர்ந்து உதிர்ந்து
வீழும் நத்தை.

●

எழுத்து, மார்ச் 1962

கதவு

நிழல் விழுத்தும் அகாதம்
தட்டாது தானே திறக்கும் கதவு

ஆனால் தேனீ தட்டாது
மொட்டு திறக்காது
சுற்றும் விட்டிலும்
சுடருக்குக் கதவு தேடி
சிதறி விழும்–இதோ

இப்போ இப்பாறைச் சுடருள்
புகுந்தவன் யார்?
சுவர் நடுங்க உள் நின்று
உதைப்பவன்?

சுடரிதழ் விரிந்தது–
தெரிந்தது
அகாதம்.

●

எழுத்து, மார்ச் 1962

சாவு

இருள் இலைகள்
முடிவற்று உதிர் சருகு;
குச்சிக்
கதிர்த் துடைப்பம்;
அள்ளக் குறையா
அழுக்குச் சுரபி;
அள்ளவிழுந்த
வெள்ளிக் கரண்டி;
நாற்றிசையும் நீளும்
கதிர்க்கொள்ளிகள் நடுவே
அணையாது எரியும்
பரிதி இருள்;
கடல் அடியில்
பவளக்கொடி முடிச்சில்
வெண்கூடு;
போர்த்த தசை இருள்
அரித்து அரித்து
விடிந்த கதிர் எலும்பு;
படுகை நடுங்க
கூப்பிடும் கபாலக்குரல்;
குரல் நாடும் நதித் திசையில்
பிணப் புணை;
ஓடம் தள்ள
ஒளிப்பாய்
கதிர்த் துடுப்பு.

●

எழுத்து, செப்டம்பர் 1963

கோவில்

சிரசு குவித்து
வான்காட்டி ஆசையூட்டி
இடைவிரித்து அழைத்திழுத்தன
கோபுரப் பாறைகள். . .

நிழல் நடனம்
கல்சமைந்தது சிலைக்குவியல்

குவியல் நடுவே
குவிந்த இமைவிரலிடுக்கில்
உருகி வழிந்த
கண்ணின் நிணத்தை
பக்தி விடாய்க்கு
பருகிக் கொண்டது
விக்ரஹம்.

●

***எழுத்து*, ஜூன் – ஜூலை 1964**

எல்லை

கருகித்தான் விறகு
தீயாகும்.

அதிராத தந்தி
இசைக்குமா?

ஆனாலும்
அதிர்கிற தந்தியில்
தூசி குந்தாது.

கொசு
நெருப்பில் மொய்க்காது.

•

எழுத்து, செப்டம்பர் 1965

தேடுதல்

தேடினேன் –
அறை, மூலை, கதவிடுக்கு,
புகைச்சீலைத் திரைகள்
அடுக்கிய அடுக்களைமேடை,
செந்நிழல் ஆடும்
தணல்வெளி,
புகை உதிர்ந்து
குவிந்த ஒளிச்சாம்பல்
எங்கும்.

கண் கழன்று விழுந்து
கபாலக் குழாய் இருண்டு,
கிளறின விறகு
பற்றிக் கருகி,
தேடும் நானும்
தேட்டம் நீயும்
புதைந்து புழுத்தாலும்
மறைந்தாலும்,
இருக்கும்; ஓயாது, ஒழியாது
இருக்கும் . . .
தன் வாயைத்
தானே விழுங்கும் வரை.

●

எழுத்து, பிப்ரவரி 1966

வினா – விடிவு

உள்ளங்கைச் சதை கிழிய
கொட்டிக் கொட்டிக்
கூப்பிட்டேன்,
வந்தது பதில் இன்று.
எங்கிருந்து?
என்னைச் சூழ்ந்த சுவரின் அதைப்பு,
இரவின் உடைந்த சிரிப்பு.

    கொட்டியகைக் கேள்விக்கு
    கொட்டி ஒலித்த பதில் முரசு,
    என்நாவுக் கழி
    என் செவிப் பறைக்கே
    கொடுத்த அதிர்வு.

அறிவின் எல்லை வினா;
பதில் வினாவின் சிசுவா?
கேள்வியும் பதிலும் சிசுக்கள்
அறிவுக்கு; அறிவின்
அவதாரங்கள்.

    அறிவோ பெட்டகக் கந்தல்,
    காலதேசக் கற்கள்
    நிகழ்ச்சிக் கணங்கள்
    விழுந்து
    சிதறி
    விரித்த
    அலைரேகை ரிக்கார்டு.

விளிம்பு நோக்கி அலைவது கேள்வி;
பிரதிபலித்து திரும்பின அலை பதில்.
கிழிசல் கேள்வி; தையல் பதில்.

அலைகள் இழைந்த
தையற் சிக்கல், அறவு

தெளிவு? . . . சாந்தி? . . . விடிவு? . . .
கிழிசல் நடுவே
பிளந்த வெளி!
ஒளிமண் கரையில்
அலைத்தலைச் சரிவு! . . .

ஆம், வினாவின் மௌனம்
தெளிவு,
சாந்தி.

விடையல்ல.

●

எழுத்து, ஜனவரி 1966

பார்வை

நிலவை மழித்தான்
தேவ நாவிதன்.
சிகையாய் முகில்கள்
வானில் விரிந்தன.
மனிதன் வியந்து
கவியானான்.

வெயிலை வழியவிட்டான்
வெளிக் கடவுள்.
இரவு பகலுக்கு
எதிரியடையாச்சு.
மனிதன்
இருமையை விசாரித்தான்.

போகப்போக
வியப்பும் விசாரமும்
தளரத்தளர
மீந்தது கண்வெளி
உலகு ஒன்றே.

இன்று
சூர்ய சந்திரச்
சிற்றணு ஒதுக்கி
புவனப் படர்ப்பை
கால வெளியை

கணித நோக்கால்
கடந்து
நட்சத்திர மண்டல
காலக்ஸிக் குவியல்
குவாஸர் சிலதைக்
கண்டான்.

கொஞ்சம் வியப்பு
ஒருகண விசாரம்
மறுகணம் மனிதன்
கண்டதைப் பிடித்து
ஆராய்ந்தான்.

கண்டதைக் கண்டது
கண்ணீர் விட்டது.

●

நடை, ஏப்ரல் 1969

சொல்

காதலன் பேச்சில்
கருத்தைச் சிதைத்தன
சொற்கள்

அவள் சொல்லோ
மணலில் விரல்
விட்ட வடு

கண்களின் நோக்கில்
சிதையாத கரு.

●

நடை, ஏப்ரல் 1969

பிரமிட்

மண்புயல் தணிந்துவிட்டது
ஆனால் போர் தொடர்கிறது
இடம் பெயர்கிறது

சாந்தி வீரர்கள்கூட
ஆபீஸை கலைத்துவிட்டு
யுத்த சந்நத்தராகின்றனர்

இப்படியே
காலம் பிரமிட் படிகளில்
உயிர்களை உருளவிடுகிறது

ஒரு வீரனின் உயிர்
சிறுகற்களைப்போல.
லோசன கனம்தான் எனினும்
ஒரு புதிய புயலில்
இறகென மீண்டும்
உச்சியை நோக்கி எழக்கூடும்.

உடல்தான்
பிரமிட்டினுள்ளேயே
பதுமையாய்க் கிடந்து
கடவுளரை எதிர்பார்க்கிறது.

●

கசடதபற, ஜனவரி 1971

பிரதி

தெருவில் விழுந்து
நிலவின் ஒளியைத் துடைத்தது
மின்சாரவெளிச்சம்!

உயரத் தனித்தது நிலா,
வேட்கையில் தனித்தன
மனித முகங்கள்

கேட்டு அழுது
கேட்டழுது
கண்ணாடியில் பிடித்து
கண்டுகளித்த நிலவில்
புரையோடும்
குழந்தை ராமன் கருமை.

வாலிபத்தில் இவன் தனது
சீதாவைத் தொலைத்துவிட்டுத்
தேடிய நிழல்.

அவதாரம்தான்
இருந்தும் முகத்தில்
ஊனின் புரையோட்டம்.

தனித்து
வேட்கையில் துணிந்து ஓர்
தாசியைத் தேடும் இம்
மனித முகத்தில்
நிலவின் புரையோட்டம்

வீதி வெளிச்சத்தில்
நிலவை நோக்கி
நிலத்தில் விழுகின்றன
மனித நிழல்கள்

●

கசடதபற, ஜூலை 1972

பழைமை

உடலின் பசி போய்விட்டது
என் வாழ்வு தளர்கிறது
விதி ரேகையில் வெட்டு
ஏழரைச் சனி
கடைக்கூறு

உயிரை நாடுகிறேன்
உயிரைப் பாடிய
வேதங்களை

ஆத்மா
துவந்துவாதீதம்
துவந்துவம்: முரண்பாடு
அதீதம்: அப்பால்

தளர்ச்சி, தளர்ச்சி
தத் த்வம் அஸி.
கண்களின் மீது
இருட்பாசி, தள்ளாடல்.

ஆத்மா நீ
துவந்து வாதீதி.

சீ !

உடற்பசி தணிந்தால்
பொய்ப்பசி.

உயிர்பசி தணித்தது
இதுவும் பொய்ப்பசி.
ஒரு பசிப் பொய் போய்
இது ஒரு புதுப்பொய்.

துவந்துவாய நம:
முரண்பாடே !
உன்னைச் சரணடைகிறேன்.

●

கசடதபற, ஜூலை 1972

அடிமனம்

முட்டித் ததும்பியென்ன?
மாலையில் பகல் வடிகிறது
ஒளி ஒதுங்கி இரவாகிறது

கதிர்
எங்கோ சொட்டி
விளைந்தன தாரகைகள்,
பகலின் துளிகள்.

என் மன அகலிகையின்
நிறைவின்மை முடிவற்று
வாழ்வு கரவாகிறது.

இனி என்ன?
கோதம உக்கிரத்திற்கு
ஒருபோலி,
போலிப் பரிதி
ஒருபோலி வைகறை.

உதிக்கிறது எங்கும் ஒரு
திருட்டுத் தெளிவு,
இந்திர நிலவு.

பாதி தெளிந்து
ஆடை களைந்து
வெளிர்கிறது மனவெளி.

ஒலியற்றுச் சிரித்து
மனம் பதைக்கும் புணர்ச்சிக்கு,
தனித்து,
வெறிச்சோடிய தெருவெங்கும்
அழுகி வடியும் விளக்கின்
வாழ்த்தொளி.

இது நிகழ்ந்த சமயம்
இடமற்ற
மனோவேளை.

●

கசடதபற, ஜூலை 1972

$E=mc^2$

ஒற்றைக் குருட்டு
வெண்விழிப் பரிதி
திசையெங்கும் கதிர்க்கோல்கள்
நீட்டி
வரட்டு வெளியில் வழிதேடி
காலம் காலமாய்
எங்கோ போகிறது.
'எங்கே?'
என்றார்கள் மாணவர்கள்

ஒன்பது கோடியே
முப்பது லெச்சம் மைல்
தூரத்தில்
எங்கோ

ஒரு உலகத்துளியின்
இமாலயப் பிதுக்கத்தில்
இருந்து குரல் கொடுத்து,
நைவேத்யத்தை
குருக்கள் திருடித் தின்றதினால்
கூடாய் இளைத்துவிட்ட
நெஞ்சைத் தொட்டு
'இங்கே' என்றான் சிவன்.
'அசடு' என்று
மாணவர்கள் சிரித்தார்கள்.

ஒரு குழந்தை விரல்பயிற்ற
ஐன்ஸ்டீனின் பியானோ
வெளியாய்
எழுந்து விரிகிறது.

மேஜையில் அக்ஷர கணிதத்தின்
சங்கேத நதி!

மனித மனத்தின் மணற்கரையில்
தடுமாறும்
ஒரு பழைய பிரபஞ்ச விருக்ஷம்.
நதி பெருகி
காட்டாறு.
காலமும் வெளியும் ஒருமித்து
ஓடும் ஒற்றை நிழலாறு.
ஒரு புதிய பிரபஞ்சம்.

நேற்று நேற்று என்று
இறந்த யுகங்களில்
என்றோ ஒருநாள் அவிந்த
நக்ஷத்ர கோளங்கள்
ஒளிவேகத்தின்
மந்தகதி தரும் நிதர்சனத்தில்
இன்றும் இருக்கின்றன.
காலமே வெளி!
இன்று கண்டது
நேற்றையது,
இன்றையது நாளைக்கு.

இக்கணத்தின் கரையைத்
தீண்டாத
இப்புதிய புவனத்தின் பிரவாகம்
வேறொரு பரிமாணத்தில்.

விரிந்து
விண்மீன்களிடையே
படர்ந்த நோக்கின்
சிறகு குவிகிறது.

பிரபஞ்சத்தின்
சிறகு குவிந்தால்
அணு

அணுவைக் கோர்த்த
உள் அணு யாவும்
சக்தியின் சலனம்.

அணுக்கள் குவிந்த
ஜடப்பொருள் யாவும்
சக்தியின் சலனம்.
ஒளியின் கதியை
ஒளியின் கதியால்
பெருக்கிய வேகம்
ஜடத்தைப் புணர்ந்தால்
ஜடமே சக்தி!
மெக்ஸிக்கோவில்
பாலைவெளிச் சாதனை!
1945
ஹிரோஷிமா நாகசாகி.
ஜடமே சக்தி.

கண்ணற்ற
சூர்யப் போலிகள்.
கெக்கலித்து
தொடுவான் வரை சிதறும்
கணநேர நிழல்கள்.
பசித்து
செத்துக்கொண்டிருக்கும்
சிவனின்
கபாலத்துக்
கெக்கலிப்பு.

இசைவெளியின் சிறகுமடிந்து
கருவி ஜடமாகிறது
பியானோவின் ஸ்ருதிமண்டலம்
வெறிச்சோடிக் கிடக்கிறது.
உலகின் முரட்டு இருளில்
எங்கோ ஒரு குழந்தை அழுகிறது.

ஐன்ஸ்டீனின் கண்ணீர்த்துளியில்
தெறிக்கிறது பரிதி.
ஒருகணப் பார்வை.

●

அ∴க், செப்டம்பர் 1972

தவம்

ஆதிமனிதர்கள் அவனை வானில் முளைத்த நெருப்பு என்று கணந்தோறும் பயந்தார்கள். யுகங்கள் கழிய பயங்கள் வியப்பாகின்றன. கிரேக்கர்கள் அவனை அப்போலோ என்றழைக்கத் துவங்கினர். அவனுக்கென கையில் யாழொன்றையும் கண்டனர். வைத்தியனாதலால் சூர்ய வெளிச்சம் என்ற நாளாந்த அனுமானத்தை வாழ்விற்குப் புலப்படுத்திக் கொண்டிருக்கிறான். ஒளியும் ஒளி இழைகளின் இடுக்கில் வசிக்கும் இருளும் அவனது கலை. அவனது கலையும் வைத்தியமும் சங்கமிக்கும்போது அவன் பேருணர்வுகளின் உதரமாகிறான்.

ஆனால் நான் எழுத முயற்சிக்கும்போது மட்டும் அவன் குகையாகிறான். எனது சித்தாந்தங்கள் வேட்டை நாய்களாக அவனைத் தேடுகின்றன. அவற்றின் குரல்கள் மனசின் கானக மரங்களில் மோதி எதிரொலிகளாகச் சிதறுகின்றன. 'டேஃப்னே, டேஃப்னே' என அப்போலோ தான் காதலித்தவளைப் பின்தொடரும் குரல் எனது சித்தாந்தங்களின் குரைப்பில் கேட்கிறது. டேஃப்னேயை அவனால் தீண்ட முடியவில்லை. மரமாகிவிட்டாள். அவள் கன்னிமையின் நிழலில் நான் நிற்கிறேன். அதன் இலைகளை ஒடித்து அப்போலோவைப் போலவே சிரசில் அணிந்துகொள்கிறேன். எழுத வேண்டியதில்லை என்று தோன்றுகிறது. உள்ளிருந்து ஒரு புதிய இயல்பு பிறக்கிறது. என் விரல்களை மடித்துக் கைகளையும் கட்டிக்கொள்கிறேன். வேட்டை நாய்கள் முயல்களையும் முள்ளம் பன்றிகளையும் தேடி ஓடட்டும். எனது பிடரியில் குடியிருக்கும் இருள் கலைந்து புறப்பட்டு நிசப்தத்தில் வானை நிரப்புகிறது. மூச்சின் இறகுகள் நுரையீரல் இறக்கைகளுள் மடிகின்றன.

சூரியன் தன் உதரக்கோதுக்குள் ஆழ்ந்து கருவாகிறான். எல்லையற்று ஒடுங்கிக்கொண்டிருக்கிறான்.

•

(1973)

(உன்) பெயர்

சீர்குலைந்த சொல்லொன்று
தன் தலையைத்
தானே
விழுங்கத் தேடி
என்னுள் நுழைந்தது

துடித்துத் திமிறி
தன்மீதிறங்கும் இப்
பெயரின் முத்தங்களை
உதறி உதறி
அழுதது இதயம்.

பெயர் பின் வாங்கிற்று.
'அப்பாடா' என்று'
அண்ணாந்தேன் . . .

சந்திர கோளத்தில் மோதியது
எதிரொலிக்கிறது.

இன்று, இடையறாத உன்பெயர்
நிலவிலிருந்திறங்கி
என்மீது சொரியும் ஓர்
ரத்தப் பெருக்கு.

●

(1973)

கோத்ரம்

ஸூர்ய உவாச:
ஒரு நூறு உதடுகள் விரித்து
என்னைச்
சிரித்துக் குடிக்க நினைக்கும்
தாமரைப்பூவே
உன்பிறவு ரகஸியம் அறியேனோ?
உன் தந்தையின் வேர்த்தாடி
நிலம் தேடி
சகதியைப் புணர்ந்துறிஞ்சிப்
பிறந்தவள் நீ.
ஓ! – கண்ணற்று
முகமே வாயெனப் பிளந்து
என் ஒளியைக்
குழாய் ஜலமாய்க்
குலஹீனம் செய்யும் ஜடமே!
உன் கபந்த விடாய்க்கு நான்
ஓவர் ஹெட்டாங்க் அல்ல –
ஒளி!

●

***கசடதபற*, ஜூலை 1972**

அறைகூவல்

இது
புவியை நிலவாக்கும்
கண்காணாச் சரக்கூடம்

நடுவே
நெருப்புப் பந்திழுத்து
உள்வானில் குளம் பொலிக்கப்
பாயந்துவரும் என் குதிரை.

பாதை மறைத்து நிற்கும்
மரப்பாச்சிப் போர்வீரா!
சொல்வளையம் இது என்றுன்
கேடயத்தைத் தூக்கி என்னைத்
தடுக்க முனையாதே.

தோலும் தசையும்
ஓடத் தெரியாத
உதிரமும் மரமாய்
நடுமனமும் மரமாகி
விரைவில்
தணலாகிக் கரியாகும்
விறகுப் போர்வீரா!

தற்காக்கும் உன் வட்டக்
கேடயம்போல் அல்ல இது.

சொற்கள் நிலவு வட்டம்
ஊடே
சூரியனாய் நிலைத்(து) எரியும்
சோதி ஒன்று வருகிறது
சொல்வளையம் இது என்றுன்
கேடயத்தைத் தூக்கி என்னைத்
தடுக்க முனையாதே.
தீப்பிடிக்கும் கேடயத்தில்
உன்கையில் கவசத்தில்
வீசத் தெரியாமல்
நீ
ஏந்தி நிற்கும் குறுவாளில்
யாரோ வரைந்துவிட்ட
உன்
மீசையிலும்!

நில் விலகி,
இன்றேல்
நீறாகு!

●

(1973)

நாளை புரட்சி

வயிற்றில் குடியிருந்து
வாழ்ந்து பசிக்கிறது
நிகழ்காலம்
பசியில் அடைத்த
காதிலும் விழுகிறது
'நாளை புரட்சி
சரித்திரம் நமது கட்சி'
என்றென்
பசியைக் கூட ஜீரணிக்க முயற்சிக்கும்
ஏப்பக் குரல்கள்.

ஆனால்,
நாளைகள் ஒவ்வொன்றும்
நாள்தோறும் நேற்றாக
தன்பாட்டில் போகிறது
தான்தோன்றிச் சரித்திரம்.

●

(1973)

பாலை

பார்த்த இடமெங்கும்
கண்குளிரும்
பொன் மணல்

என் பாதம் பதித்து
நடக்கும்
இடத்தில் மட்டும்
நிழல் தேடி
என்னோடு அலைந்து
எரிகிறது
ஒரு பிடி நிலம்.

●

(1973)

அற்புதம்

துருப்பிடித்த
இரும்புக் கோடுகளினூடே
சிதறும்
பயனற்ற
உப்பு நீர்ப் பாறைகள்.

வரண்ட நதிபோல் கிடக்கும்
ஒரு துறைமுகத் தெரு.

எங்கும்
இரும்பின் கோஷம்,
முரட்டு இயக்கம்.

ஒரு தொழிலாளி
சூரியனை அவனது சிரசு மறைக்க
பனை உயர கிரேனின் உச்சியிலிருந்து
பீடிப் புகையோடு
காறித் துப்புகிறான்.

அற்புதம்.
விரல்கள் வில்நீத்த அம்பாய் நடுங்க,
பரிதியின் விரித்த கையிலிருந்து
ஒரு மழைத்துளி பிறக்கிறாள்.
முகத்தில்
வைரத்தின் தீவிரம். அவள்
மூளையில் ஒரு வானவில்.

எச்சல் துளி
என் விழிப்பந்தில் வீழ்கிறது.

அக்கணம், ஒரு கணம்
கிரேன்கள் லாரிகள் யாவும்
தொழிலற்றுச் சமைந்தன.

●

(1973)

தாசி

குங்குமம், கூந்தலில் மலர்.
'குலக்கொடி நான்
ஆனால் இது
பசிக்கொடுமையில்' என்றாய்.
எனவே நான்
பேரம் பேசவில்லை.
உன் கண்களும்
அரை யிருளில்
உனது புருவ நிழலில்
தெரியவில்லை.

மனசைக் கீறியது
இருளின் திருட்டு விழிப்பு
தசையைத் தீண்டிற்று
தாம்பூலச் சகதி.
இருபது ரூபாய்களுக்கு
எனதின்பம் உனதுதரத்துள்
எரிகற் தாரையாய்
சீறி விழுந்தது.

இரவு பெருக்கெடுத்து
ஓடிக் கழிந்தது.
விடிகாலையின் வெற்றுமணலில்
தனித்தொன்றிய
கற்களாய்த் துயின்றோம்.
விழித்தெழுந்தபோது கண்டேன்
உன் கண்களில் ஒரு
மலட்டுத்தனம்
குற்றத்தை உணரா மனப்
பாசி!

நேற்றிரவு
பேரம் பேசியிருந்திருக்கலாம்.

●

(1973)

ஊமை

மனிதனின் பேச்சு அவனுக்கு
பிடிபடாது.

பேசாத வேளையில்
ஊமைகளாகின்றன
பாஷைகள்.

நக்ஷத்ரங்களைவிட
நிறையவே பேசுவது
அவற்றின் இடையுள்ள
இருள்.

எனவேதான்,
தன் தனி வழியில்
நம்பிக்கை குலையாமல்
பேச்சுக்கும் அப்பால்
தாண்டி,
அவன் கண்ட கலை
சமிக்ஞை.

●

(1973)

ராமன் இழந்த சூர்ப்பநகை

இருளின் நிற(முகக்) கதுப்பில்
தணல்கள் சிரித்தன.
அவள் ராக்ஷஸப் பாறைகள்
பாகாய் உருகின.

உருகியென்.
அவனோ கடவுள்

ஆடையின் இரவினுள்
உதயத்தை நாடும்
பருவ இருள்
நடையோ
ரடியொவ்வோ
ரடியில் தசையின்
ஜ்வாலை நடுக்கம்.

நடுங்கியென்
அவனோ, பாவம்,
கடவுள்.

தழுவ விரியும்
தொடைகள் திரண்டு
பிரிந்து பிரிந்து
இடையே ஓர்
தலைகிழ்க் கருஞ்சுடர்
எரிந்து எரிந்தழைக்கும்.
அழைத்தேன். அவனோ, த்சொ!
கடவுள்.

●

(1973)

குறுங்காவியம்:
கண்ணாடியுள்ளிருந்து

1
யாரிது?
இதுதான் என் பிறப்பா?
இது பிரதி,
இரட்டை.
எனது புதிய மறுமை
பிறப்பல்ல.
பிறப்பதற்கு
வாழும் கணமே
சாவாக வேண்டும்,
நாமோ
வெறுமே சாகிறோம்.

கண்ணாடி சமீபிக்கிறது
எனது எண்ணங்கள்
கதவைத் தட்டுகின்றன.
தட்டும் ஒலி எதிரொலித்து
எனது இரட்டையின்
காலடியில் சப்திக்கிறது.
ஒவ்வொரு
அடிச்சுவட்டுடனும்
என் இதயத்திருந்து
வீழும் ஒரு நக்ஷத்ரம்.

எனது இருளுருவின்
விளம்புவரை தானிந்த
உலகின் தொடுவானம்.
கண்ணிமைகள்
தொட்டுக்கொள்கின்றன.

கண்கள்
இமைகளின் ஆழத்துள்
எதையோ தேடி
தாமே தயாரித்த
தரசனங்களைப்
பருகுகின்றன.

2
நாம் ஒருவருள் ஒருவர்
ஊடுருவ முடியாதா?
ஊடுருவி நின்றாடி
எமது ரத்தத் துடிப்பின்
நடனத்தைப்
பருக முடியாதா?
எதிர்பார்த்து எதிர்பார்த்து
மனம் வாய்புலம்புகிறது.
எமது காலடிகள்
சமன் கோடுகளில் வளர்கின்றன.
பொறுமையிழந்து
எம்மிடையே நிகழும் வெளிமீது
மின்னல்களை வரைகிறேன்
விடிவு வருகிறது,
புறாக்களின் வெள்ளித் துடிப்பில்
எனது மலட்டுத்தனம்
தூக்கம் கலைகிறது
அத்துடன் மரணமும்.

இதயத்தின் உதிரத்தாலாட்டில்
மரணம்
புரண்டு படுக்கட்டும்.

கேள்,
குரல்கள்!

ஒளியின் திடீர் ஊளை,
இந்த வெற்றொளி
கண்காணா ஊற்றொன்றின்
ஊளைதான்
ஒளியின் பேராழத்துள்
ஊற்று ஒளித்திருக்கிறது.
தனது நீர்பெருக்கத்தின்மீது
தானே மிதந்து
ஊற்று எதிரேரட்டும்.
தொடுவான் மீது
இவ்வொளி உதரம் அழட்டும்.
அழுகை இறுகி
நக்ஷத்ர சக்திகளின்
சிற்றலைகளாகட்டும்
அவை தமது அச்சுகளிலிருந்து
உலகங்களையும்
மண்துகள்களையும்
கக்கட்டும். . .
அல்ல
நீர்ப்படலத்தில் ஏறி மிதப்பது
ஊற்றாகாது,
குமிழ்.

3

சிகித்சைக் கருவிபோல்
ஒரு கதிர்
என்னைத் துளைத்து
நுழைகிறது,
தனது நகத்தைக் கழற்றி
என்னுள் எங்கோ
எரிய விடுகிறது.
அவ்வுயிரியின் மீதெனது
நடனங்கள் பிறக்கின்றன,
புலன்களின் மீது
கதவுகள் பூக்கின்றன.

பிறகு பிறந்து
நடக்கும் இரவு,
இரவுடன் நடக்குமொரு
அந்தகாரத்தின் அளவின்மை,
என்னுடன் பின்தங்கும்
அதன் ஒரு துளி—
இருண்ட நெருப்பு,
ஊமை நட்பு.
பகலூடே,
எனது இருப்பினூடே
நடக்கும் நிழல்,
மதியக் கணத்தில்
என் இதயத்தை நெருடுமொரு
ஊமைத்தனம்.
எனது ரத்த துடிப்பில்
ஒரு குணரூபத்தின் சமிக்ஞை.
என்னை உணர்ந்த ஓர்
ஊமை நண்பன்
என்னிலிருந்து எழும்
லிங்கமாய்த் துடித்து
இரவினுள் புதைய
இணங்குகிறான்.
இரவினுள்,
காலம் காலமாய்
கொள்ளை
போய்க்கொண்டிருக்கும்
வைரங்கள் போல்,
போகாத நக்ஷத்ரங்கள்.
வெறுமை மீது
ஒன்றையொன்று உற்றுநோக்கும்
இரண்டும் கண்ணாடிகளினுள்
வெளியினுள் வெளி.
எங்கும்
கோடானுகோடி
பிரதிபிம்பங்கள்.

கர்ப்பக் கிரத்து
வெளவால்களாய்த் தவிக்கும்
நிழல்கள்
போக வழியற்று
சுற்றிக் குவியும்
இருள் குழுவினுள்
சூர்ய ஊற்று
நிழலாய் உறைகிறது.
கதிர்களின்
காக்கை அலகுகள்,
இருண்ட அலறல்கள்.
இருள் நெருங்கி
வைரப் புன்னகைகளில்
வர்ணவில் சமிக்ஞையிட்டு
அழைத்ததும்
எனது நிழல்
நிமிர்ந்து
இரவினுள் புதைகிறது.
எங்கும்
உருவொளி தோற்றங்கள்
இரவினுள் புதைந்து
முயங்கி கிடக்கும் நிழல்கள்.
ஒன்றையொன்று கண்டு நிற்கும்
கண்ணாடிகளினுள்
புதைந்து
தனது பிரதிளின் கானகத்துள்
தன்னை மறக்கிறது
எங்கும் வியாபித்த
ஒற்றை யுரு.

4

பிரதி பிம்பத்துக்கு
முதுகு இருக்குமா?
கண்ணாடியின் மர்மப்படலம்
கண்ணுக்குத் தெரியாதது.
அதன் வித்தை ஒரு
போலிவெளி.
பகலைக் கவ்வும் ஒரு
மூளை.

கதிரின் மீது
நரம்பு வலை.
ஆனால்
தனித்த சுடருக்கு
நிழலில்லை.
சுடரைச் சூழ்ந்து
இரவாய் விரிகிறது என்
தசையின் நிழல்.
இரவினுள்
ஒருசுடர்,
இதய துடிப்பு.
வெளியில் ஒளிப்
பிளவு,
மிருதுச் சுவடு.
முரசொலி கேட்கிறது,
மத்தளங்கள் நடனம்.
சொர்கத்துள் நுழைகிறது
மயானச் சாம்பல்.
பரிதியைத் தீண்டும் ஒரு
பனி விரல்
இவ்வொளி யோனியை
தடவி விரித்தது எவர்கை?
எவ்வகைப் பிரியம்?
இதயத்தின் மத்தளத்தில்

அதிர்வு
மௌனம்
உயிர்ப்பு
மரணம்:
இக்கணம்
இக்கணம்.

யாவற்றினுடனும்
எனது உடன்பிறப்பும்,
என்னுடன் யாவும்
யானென்னும் கோஷம்
யுகாந்திரங்களாயினும்
நிலைத்திருப்பது ஒரு கணம்
இக்கணம்.
மறுகணம்
மீண்டும் எதிரேரும்
எதிர்காலம்.
ஒளியை பிரதியெடுக்க
மனசை விரித்தேன்
மனதானேன்.

இருள்.
இதயத்தை மூடும்
மனசின் சவப்பாறை.
மலரின் மீது ஓர்
ஊமை வியாதி.
ரத்தச் சக்தியுள்
புதையும் ஒளித் தாவரங்கள்.
ஒளி குவிந்து
வெறும் புழுதி
மணல்.

கண்ணாடிப் பாலைமீது
நடுக்கம் பிறக்கிறது,
புழுதியுடல் பெற்றது காற்று.
எரிந்து கோக்ஷிக்கும்
மணற் சுவாலைகள்.
என்னைச் சூழுமொரு
அசைவுச் சுவர்
பிறகு
ஒவ்வொரு மணல்மீதும்
எனது தசை நிழலின் படிவு,
பாரம்
இறங்குதல்
மண்டுதல்.

உதரக் கண்ணாடி
என்னை அழைக்கிறது.
முகத்தில் முளைத்த
முலைகளாய் மயக்கும் என்
பிரதியின் கண்கள்,
என் மீதழுந்தும்
பார்வை குவடுகள்.
உதரக் கண்ணாடி
என்னை அழைக்கிறது.
முடிய கதவின்
சாவித் துவாரத்தில்
வாழ்க்கையின் நடிப்பு.
புல்நுனி மீதுறையும்
பனித்துளியில்
ஒரு மலையின் பிரதிபிம்பம்.
மீண்டும்
நான் கண்ணாடியுள் பிறக்கிறேன்.

ஆனால், கணணாடியுள் நிற்பவன்
நிழலுக்கும் பதிதன்.
கண்ணாடி,
ஊடற்ற ஒரு
போலி வெளி
வெற்றுத் தளம்
நிர்பரிமாணம்.

5

தசை சுவர்வீசும் இப்
புவன நிழல் வெளியில்
சுடர்கள் ஆடுகின்றன.
ஒவ்வொரு சுடரும்
பெண்குறி விரிப்பு
தசை நிழல் பிளவு.
அவற்றை நோக்கி
காற்றில் ஏறும்
மயானச் சாம்பலாய்
எனது லிங்கம்
மீண்டும் எழுகிறது
பனிவிரலாய் நிற்கிறது.
உடனெழுந்து நிற்கும்
கேள்விகள்.
இச்சுடர்களின் பொருள்? பார்வை?
இவற்றில் துடிப்பது
இக்கணம்.
பயத்தில் உறைகிறேன்.
விரிந்து மூடி
துடிக்கும் கதவு.

பார்த்துப் பழகச்
சமீபத்தால் கண்ணாடி,
இக்கணம் இக்கணம்.
எனது கண்கள்
குகைகளாகின்றன
என்னை என் கபாலம்
எதிர்கொண்டழைக்கிறது.
வெளியெங்கும் சுடரா?
நிழலெங்கே?
உள்ளே.
புறவுலகெங்கும்
ஒளிப்புழுதி,
புழுதிச் சுவர்
திரும்பி நடக்கிறேன்.
திரும்பத் திரும்ப
வளையவருகிறேன்.
எரியும் மணல்மீது
சேற்றுச் சுவடுகள்
சுடர்களோ என்னோடு
இதயத்துள் ஒடுங்குகின்றன

ஆனால் இங்கே,
பாலைமீதெங்கும்
திசையின்மையுள்
திசை தவறி ஓடும்
சுவடுகள்.
கண்ணாடி வொறிச்சிட்டு நிற்கிறது.

●

(1973)

காவியம்

சிறகிலிருந்து பிரிந்த
இறகு ஒன்று
காற்றின்
தீராத பக்கங்களில்
ஒரு பறவையின் வாழ்வை
எழுதிச் செல்கிறது

●

(1973)

அருவுருவம்

தூரத்து செம்பறை
சமீபத்திற்குக் களிமண்ணாயிற்று.
கால்பட்டு உள்வாங்கி
கடித்தது.

'பாம்பு' என்று பதறி ஓடி
ஆசுவாசம் ஆகி
காலைப் பரிசோதித்து
ரத்தம் கண்டு
கடிவாயின் மேல்
வேட்டி கரையால்
கட்டு போட்டு
உயிரை கையில் பிடித்தபடி
விஷத்தின் வேலையை
எதிர்பார்த்து ஏமாந்து
திரும்பி
தூரத்துச் செம்பாறை
சமீபத்துக்குக் களிமண்ணான
ஸ்தலத்துக்கு வந்து
கால்பட்டு உள்வாங்கிய
பிலத்தில் எட்டிப்
பார்த்தால்

விளிம்புப் பற்களை
சிரித்துக் காட்டிற்று
களிமண்ணின் அடியில் ஒரு
செம்பாறை.

●

சதங்கை, மார்ச் 1974

பிறவாத கவிதை

மீண்டும் மீண்டும்
நோக்காடு வந்ததும்
பிள்ளை பிறக்கவில்லை
'வாடா' என்றழைத்த
ரிஷித்தகப்பன் குரலுக்கும்
சுகப்பிரம்மமாக
வந்துதிக்கவில்லை.
இதயத்தின்
பட்டுத் துரும்புக்
கூட்டுக்குள்
புழுவாய் நெளிந்து
கிடக்கிறது இது.

துரும்பென்ன தூணென்ன?
கூவி அழைத்ததுடன்
கல்த்தூண்
அசுர சேனை
அக்குரேணி ஆயிரத்தோடு
ஹிரண்யக் கொடுநெஞ்சம்
பிரகலாத தாபம்
மூன்றையும்
ஒரே கணத்தில்
கிழித்து
காலத் துரும்பை
எற்றி எடுத்து
எரித்து நீறாக்கி
நிற்க வேண்டாமா
கவிதை?

●

(1974)

மூன்று இந்தியக் குழந்தைகள்

தொலைதூர வெளியொன்று
கண்களில் ததும்பும் இக்
குழந்தைக்கு.
தாமரை மலரின் வாசனையில்
சுருக்கிட்டு
தொங்கிமடியும் இன்
னொரு குழந்தை.

கண்ணாடியுள்
விரியும் வெளியிலே
நின்று
வாசனையற்ற பெருமூச்சுகளாய்
ஒருகோடி உயிர்களை
வினாடி தோறும்
பெற்றிழக்கும்
இன்னொன்று.

ஆனால், இவையொன்றும்
சிரிக்காது.
வேணுமென்றால்,
இதோ —
ஒரு கைப்பிடிச் சாம்பலில்
அந்திமக் கிரியைகளுக்காய்
காத்திருக்கும்
புன்னகைகள்.

●

ஞானரதம், 1974

குமிழிகள்

இன்னும்
உடையாத ஒரு
நீர்க் குமிழி
நதியில் ஜீவிக்க
நழுவுகிறது.

கைப்பிடியளவு
கடலாய் இதழ்விரிய
உடைகிறது
மலர் மொக்கு.

●

(1976)

பசி

சித்திரை முதல் நாள்
காலை
மேஷத்தில்
பரிதி உதிக்கப்
பார்த்தேன்.
பார்த்தவுடன்
கண்களை மூடிக்
கண்டேன்.

பரிதி
இமைகளின் செவ்விருளில்
பச்சையாய்த் துளிர்த்தது.
பசித்து மெலிந்த மேஷம்
— அதுதான், ஆடு —
துளிர்த்ததை மென்றது.

திடுக்கிட்டுக் கண்விழித்தால்
எங்கும் — வானெங்கும்
இருட்டு!
உதித்திருந்த
சூரியனைக் காணேன்!

●

(1976)

நிகழ மறுத்த அற்புதம்

பொய்யின் கூன்முதுகில்
விட்டெறிந்த மண்ணுருண்டை
மோதிச் சிதறிற்று பட்டாபிஷேகம்.
மண் வளர்ந்து
கானகப் பாதைகளாயிற்று. . .
நகர் நீங்கிநெடுந்தொலைவில்
எதிரே,
முலைமொக்கு குத்திநிற்க
கூனிக் கிடந்தது ஒரு கிழவி பாறை.
அகலிகையும் கூனியும்
ஆத்மா கலந்துறைந்து
கல்லாயினரோ?

என்றோ ஒருநாள்
தனது விளையாட்டு சிறுபாதம்
அறியாது மிதிக்க –
அற்புதம்! –
ஒருகல்
துயில் கலைந்தெழுந்தது!

பழைய கருணையை
பரிசோதித்துப்
பார்ப்போமென்று
இன்றிக்கல்லை
வேண்டுமென்றே இடறி
நின்று
கவனித்தான்.

கல்லில் கலந்து நின்ற
கூனியின் பாவமோ
கந்தல் வரலாறு
கருணையின் பாதியை
நழுவவிட்ட காரணமோ
அற்புதம் நிகழவில்லை.
மிஞ்சியது
இடறிய கால் விரலில்
ஒரு துளி ரத்தம்.
கால் விரல் வலித்தது

கருணை கலைந்தது
'த்ச' என்றான்
மனிதன் ராமன்.

வழி நடந்தது
அவதாரம்.

●

(1976)

பசுந்தரை

கருகாத தவிப்புகள் கூடி
நாவின் திரி பிளந்து
அணையாது எரியும் ஒரு பெயர்
நீ!

புதுநெருப்பில் இடைபுதைத்து
வெளியில் எரியும் வகிடெடுத்து
திரண்டு சிவந்தவள்
நீ!

என் நரம்பு வலைதொறும் விரியும்
உன் தீந்தளிர் வடிவுகளை
என் தழுவல்கள் கவ்வி
மின் நதியைப் புணரும்
சர்ப்பச் சுருணைகளாய்
எரிந்து சிந்த
மீண்டும் என்
பஸ்மத்திலிருந்தே
படம்புடைத்தெழுகிறேன்
உன்மீது சரிகிறேன்.

எரிவின் பாலையிலிருந்து மீண்டு
உன் தசைப் பசுந்தரையில்
என் வாய் பாதம் பதிக்கிறது
பற்கள் பதிந்தகல
இதோ உன்மீதென்
முதிராத யுவ நடையில்
தத்தளித்த முத்தங்கள்

நீ தரும் பதில் முத்தங்களின்
மதுர வெளியில் மீண்டும் என்
உதிரம் அலைகிறது.

பாலையில் படர்கிறது
பசுந்தரை.

●

கொல்லிப்பாவை – 4, 1978

முதல் முகத்தின் தங்கைக்கு

துடித்து
அன்று விழுந்த பகலை மீண்டும்
மிதித்து நடப்பவளே
கொலுசு சூழாத நிசப்தத்தில் நின்
வெண்பாதச் சதைகள் மெத்திட்ட
புல்தரையைக் கவனி

உன்முன் சென்றவள் என்னை
உதறிச் சிந்திய சுவடுகள்
அழுதழுது வரளும் என்
மன வெறுமையிலே
ஏழுவண்ணப் புதிர்கள்
அவிழ எனவா நின்
ஒருதுளிப் பார்வை?
அல்ல
தோற்றழியும் என் தவிப்பை
உன் உடலின் இலைநரம்புகள்
உள்ளூரப் பரிகசித்துச்
சிரிக்க என் முகம்தேடி
பார்க்க நிமிர்ந்தனையோ?

உயர்ந்து வளர்ந்த சின்னவளே
அண்ணாந்து
என் மாடியைப் பார்ப்பதேன்?

அழியத் துணிந்தும்
அழியாது தடுமாறி
எரிந்தெழுந்து
சாம்பல் புழுதியில்
உயிர் உடலாகத் திரண்டு
மீண்டும் நிலைத்த நிழல் நான்.
உன் முன்னவளின்
ஜால மருந்து தொடுத்த
பார்வைமழை நுனிகளை
எதிர்பார்த்து மறுப்பின்
குரூர நுனிகள் தைக்க
துடித்திறக்கும் எனது நாட்களை
மீண்டும் நிகழ்விக்கவா
என் வாசலில் நின்று
முகம் திரும்பினை?

கவனி –
என் மாடி உப்பரிகையல்ல
உச்சியில் ஒருகுடில்

என்னுள் கவிதையின்
காலதீதச் சுழலெனினும்
நாசியில் –
உன் நாசியிலும் தான் –
நம்மிருவர் தெருவின்
எல்லையில் குடிகொண்டு
வாழ்வின் மறுப்புகணை பாய
இறந்து வீழ்ந்த
இதயங்களைச் சூழ்ந்து
பிழம்பு வளர்க்கும்
சுடலையின் வீச்சம்.

தேர்ந்தெடுத்த கவிதைகள்

எனவே,
விளையாடதே!
என் இதயத்தை வளைக்கும்
இருள் முடிச்சு
உன் புன்னகை விரல்களில்
அவிழ்ந்து
கருநிற மெத்தைகளாய்
சிதறிச் சிரிக்க
மனநடு இரவு
பூ முகம் கொள்ளுமெனில்
சொல்,
சொல்லை இதயத்தின்
சொல்லற்ற சுனைதர
பேசு.
அது இன்றி
விளையாடினாயெனில்
ஹோம குண்டங்கள் கூட
வெற்றுப் புகைமுடிச்சாய் மண்ட
வேதனை மீண்டும்
அக்கினியை உரிமைகொள்ளும்.

●

(9.9.1977)
வைகை, செப்டம்பர் 1977

(என்) பெயர்

பெயர்
அட்சர நிரை கலைந்து
கிரீச்சிடுகிறது.

என் அகரூபம்
முகமூடியை இழந்து
அழுகிறது.
அழுது ஓய்ந்து
மீண்டும் தன்
ரகஸியப் பட்டறையில்
முகம் புதுக்கிற்று.

முகங்கள்
முளைத்து முளைத்து
முடிகளாய் உதிர்கின்றன
விபரங்கள் விலகுகின்றன.

முதலில் நிலம்,
பிறகு நீர், தீ,
இதோ காற்று,
வெற்றுவெளி – இனி
பெயருக்கு மட்டுமா,
மருந்துக்குக்கூட
ஆளற்ற அந்தாம்.

●

(1976)

கன்னி

ஒரு நூற்றெட்டு
அரிவாள் நிழல்கள் பறக்கும்
அறுவடைவயல்வெளியில்
ஏதே ஒரு ஆள்நிழல்
மிதிக்க மடங்கி
சிரம் பிழைத்துக் கிடந்து
அறுவடை முடிய ஆள் நகர
மெல்ல வளைந்தெழுந்து
தனித்து நாணிற்று
ஒரு கதிர்; உச்சியில்
ஒரு நெல், சுற்றிலும்
வரப்பு நிழல்களின்
திசை நூல்கள் –

இன்று நிழல்நகரும்
நாளை உதயம்;
உனக்கும்
நாணத் திரை நகரும்
உயிர் முதிரும்; உன்
கூந்தலின் உமிநீக்கி
வெடித்தெழும் வெண்முகம்.

ஒரு அணுத் தான்யத்தின்
பகிரங்கம்.

●

கொல்லிப்பாவை, ஜனவரி – மார்ச் 1977
வைகை, ஆகஸ்ட் 1977

மோஹினி

'உனக்கே
உனக்கு நான்' என
சப்தித்த நின் பார்வைகள்
உன் முகம் நீங்கி
எட்டாத நிலவாயிற்று.
வக்கரித்துத் தரையில்
இலைப்பார்வை பரப்பிற்று.

வழிதொறும்
நிழல் வலைக் கண்ணிகள்
திசை தடுமாற்றும் ஓர்
ஆயிரம் வடுக்கள்.

வேதனை வேர் நரம்பெழுந்து
மூடியது கானகம்.
எதிரே
தலைமயிர் விரித்து
நிலவொளி தரித்து
கொலு வீற்றிருந்தாள்
உன் நிழல்.

என் மன விகற்பத்தின்
வெண் இருள்
நிழலை வளைத்து
துளி வேல்கள் ஏந்தின
கருநீல முட்கள்.
உயரத்து ஒரு கணம்
பார்வையைப்
பறிகொடுத்து
ஊளையிட்டது நிலவு.

அது கணம்
வெண்நிழல் அழைத்தது.
அணுக
அவளை என்
பாதங்கள் துணிந்து
அணுகக் கருநீல
வேல் நுனிகளில் என்
உதிரத்தின் மலர்ச் செம்மை.
முட்கள்
மொக்க விழ்கின்றன
விரிகிறது
இதழ் வேளை.
ஊன்றி எடுத்த என்
பாதத்தில் ஊறி
உதிரத்தில் ஒலித்ததுவோ
நிலவின் விஷ ஊளை.

நாநுனி தவித்து
துளியளவு தீண்டி
பதிவுகள் தொடர
திசையறும்
வெண் இருளில்
ரகஸியக் கிணறு.
அதில் எரிகிறது
ஈரநெருப்பு.
குனிந்து பறந்து
கீழ்நோக்கி எழுகிறேன்
தத்தளித்து
தாகம் தணித்த நீர்வெளி
பாறையாய் இறுகி
என் புதைவை
சிறையிடுகிறது
கல்பீடம் ஆகிறது.

நிலவின் ஊளை வெளிறி
பலிசிந்தி வீழ
அவளது தந்தங்கள்
வெறிக்கின்றன.

ஓ! என்
பணிவுகளை உறிஞ்சும்
பலி பீடமடி நீ!
பசிதணிந்து
பசிகொண்டு
பாறை தளர்ந்து
தசை வெளியாய்
தத்தளித்து
பசியேற்றி
அசைகிற சுழலே,
இன்று கொட்டும்
இருளின் தமுக்கில்
நம் இருவர் தசைகளில்
தீராத
தினவுகள் அடியே!

●

***கொல்லிப்பாவை* – 7, 1979**

வண்ணத்துப்பூச்சியும் கடலும்

சமுத்திரக் கரையின்
பூந்தோட்டத்துமலர்களிலே
தேன்குடிக்க அலைந்தது ஒரு
வண்ணத்துப் பூச்சி.

வேளை சரிய
சிறகின் திசைமீறி
காற்றும் புரண்டோட
கரையோர மலர்களை நீத்து
கடல்நோக்கிப் பறந்து
நாளிரவு பாராமல்
ஓயாது மலர்கின்ற
எல்லையற்ற பூ ஒன்றில்
ஓய்ந்து அமர்ந்தது.

முதல் கணம்
உவர்த்த சமுத்திரம்
தேனாய் இனிக்கிறது.

●

(9.4.1980)
கொல்லிப்பாவை, ஆகஸ்ட் 1980

மண்டபம்

உடலம் துணுக்குற
மண்டபச் சுவர்கள்
அதிர்ந்து
திசையொன்று திறக்கிறது.

கதவில் ஜன்னலில்
கற்கள் இலை விரித்து
வழியை மூட
தரையில் பாதத்தின்
ஸ்பரிசம் மறைந்தது.

மேல் கீழாய்
மண்டபத் தரையில
எல்லையற்று வெளித்தது
ஆகாயம்.

கீழே
எட்டாத தூரத்தில்
நட்சத்திரங்கள்.
எல்லையின்மையின்
அசைவற்ற சிறகுகளில்
வைரத் தூசிகளாய்
கோடானு கோடி
பெருவடிவச் சூரியர்கள்.

மண்டபத்தின்
கீழ்மேல் தரைக்கூரை
எதிரொலிக்க
நகைத்தது ஓர்
பெண்குரல்.

தூரங்கள் கலைந்து
முத்தங்களாகி
மொய்த்தன.

அணுகி அளைந்த
சிரிப்பின் கலீர்
ஒலி தீண்டி
சுவர்கள் பதறின.

பார்வைக்குப் பின்புறமே
பிரஸன்னமாகி
நான் திரும்ப எந்தன்
விழி வளைவின்
மறுபுறத்திற்கு
ஓடி
நினைவின் பின்பதுங்கி
பரிகசிக்கும்
பெண்சிரிப்பு.

சுற்றித் திரும்பினேன்.
மண்டபம் திரும்பிற்று
அந்தரத்தே மிதந்த என்
பாதங்களின் கீழ்
நட்சத்திர
ராசிகள் திரும்பின
முனகித் திரும்பிற்று
மூளைத் திகிரி.

உள் அறையின்
உள்ளிருக்கும்
கருவறையாய் எங்கோ
மீண்டும் சிரித்தது
அவள் குரல்.
குரலின் துகில் களைந்து
இன்மைக்குத் தசையணிந்து
அவளுருவைத் தழுவ
கிளர்ந்து வெறும் வெளியை
அளைந்தேன்

அவள் மீண்டும்
குரலாகவே சிரித்தாள்.
தேடியணிந்த நான்
'யார் நீ?' என்றேன்.

'நீ முளைத்த நாளன்றே
முளைத்துன் முகத்திசைக்கு
எதிர்திசை நோக்கி
விழித்திருப்பவள்' என்றாள்.

'நாள்மணி வினாடிகள்
திக்கற்றுச் சிதறிய
கணம் ஒன்றில் நீ குனிந்து
நடுங்கும் பளிங்கில் உன்
முகத் தேடிய வேளை
ஜலத்தின் கதவுகள்
அலையோடித் திறக்க
குளத்தின் கருக்கிருட்டில்
நகைத்தகடல் நான்' என்றாள்.

'நாற்றிசையும் மேல் கீழும்
நடுநோக்கி ஓடிவர
நரம்புக் கயிறுகளில்
நான் பின்னும் திசைவலையின்
நடுவே கொலுவிருந்து
உனைவிழுங்கக் காத்திருக்கும்
புலிச்சிலந்தி நான் என்னை
யாரென்றா கேட்கின்றாய்
ஈயே?' எனச் சிரித்தாள்.

மண்டபமெங்கும்
அவள் குரலின் உளியோசை
சுவரைச் செதுக்க
உருப்பெற்று நின்றன
துகிலை தளர்த்தி
உடலை நெளித்தென்னை
மருவ அழைக்கும்
பெண்மைப் பிரதிகள்
அவள் சிரிப்பின்

நடையில் விளைந்த
சிலைவடிவச் சுவடுகள்.

தாபம் மீறும் என்மேல்
தாரகைக் கருணைகள்
தனித்தனிக் கதிர்வீச
கைவிரித்தபடி விளைந்து
மண்டபச் சுவரெங்கும்
என் நிழல்கள் அடர்ந்து
சிலைகளை புணர்ந்தன.

மீந்து மேலும்
மேலும் என்றெரிந்து
தீ கருக்க
சுவரெங்கும்
நிழல்கள் கீறி
விரிசல்களாயிற்று.

ஊடே பிளந்து
அகாதம்.

சிலைகள் விரூபித்து
வெண்கலக்
கழுகளாயின.

என்னைச் சுற்றிற்று
கூக்குரல்களின்
சப்த வியூகம்.

குரல்களைக்கூட்டி
குவித்து உறுமிற்று
அவள் குரலைக் கிழித்து
விளைந்த குரலொன்று.

வியூகத்துள்
வியூகம் கூடி
குரல்களுள்
குரல்கள் பொழிந்து
திரைமுகம் உறைந்து
ஜலத்தின் அலையாடா
பளிங்கு பிறந்தது.

பிரதிபலித்தது அங்கே
நானோ அவளோ
அற்று
உருவம் இருந்தாற்போல்
ஏய்த்து உருமீறி
திசைகலங்கி
புலனொடுக்க
குரலற்று உறுமும்
பெயரற்ற மிருகம்.

அதன்
இல்லா முகத்தில்
மௌனம்.

வெற்று வெளியில்
ஒளியின் பிலம்.

ஊடுருவிற்று என்னை
பயங்கரம்.

அக்கணம்
பளிங்கின் குளிரினுள்
ஒரு உள்க்குளிர் பெருகி
தணலாயிற்று.

எரிந்தது ஏதோ
ஒரு பிணம்.

என் குரல்
உறுமி
உயிராயிற்று.

●

கொல்லிப்பாவை, ஆகஸ்ட் 1980

பியானோ

இதயத் துடிப்புச்
சுவட்டின் தோல்கீறி
முள்தைக்க விடாத
கல்நாரினால் செய்த
காலணிகள் பூண்டு
தசை மினுக்கி
தசை பார்த்து
அறையில் அமர்ந்திருந்த
உள்வட்டக் கூட்டத்தின்
இந்தியச் சலசலப்பினுள்
சிந்தித்தன மேற்றிசை
இசையின் கரங்கள்.

நிலவின் நிலவெளிமேல்
சிறகெடுத்த விரல்நுனிகள்
மிதந்து தயங்கின.

கைதொட எட்டி
கண்தொட எட்டாத
தொலைதூரம் வரை
கட்டமிட்டு நின்றன
ஸ்ருதி பாறைகள்.
இசையின் வெளியில்
வட்டமிட்டது ஒரு நிழல்.

திடீரிட்டு
வெளிநீத்து வெளியேறி
கையை நிழல்
கவ்விக் குதறிற்று.
வேதனையில்
சிலிர்த்த விரல்கள்
நிலவில் ஒடுங்கின.

நிலவெளிமேல்
ஸ்ருதிப் பாறைகள்
தத்தளிக்கத் துவங்கின.

'அடடா! ஆனாலும்
இன்டியன் கர்நாட்டிக்
மியூஸிக்கிற்கு
அப்புறம்தான் இது –
நம்ப கல்ச்சர்
ஸ்பிரிச்சுவல் ஆச்சே'
என்று உருண்டன
உள்வட்டத்து
அசட்டு கற்கள்.

இந்தக் கல்நார்
தோல் வட்டத்துக்கு அப்பால்
அரை இருளில்
காலணியற்று நின்ற
யாரோ ஒருவனின்
இதயச் சுவடுகளில்
குத்திய முட்கள்
சிறகுகளாயின.

துடிப்புகள் கூடி
கழுகுகளாகி
நிலவில் ஒடுங்கின.

நிசப்தத்தின் இமைதிறந்து
கவனித்துக் கொண்டது
இசையின் வெளியினுள்
குடிகொண்ட பெருமௌனம்.

●

(30.6.1980)

கடல் நடுவே ஒரு களம்

ஸந்த ஸுதாயிபய் லஹாஙி
– அமரரின் புகழ் அவர்தம் அமரத்வத்திற்காக
லஹய் நீசாயி நீச்
– நீசர் புகழ் நீசத்தனத்திற்காய்
ஸுதா ஸராஹி அமரதா
– அமரத்வம் அளிப்பதால் அமிழ்தத்தினைப் போற்று.
கா்ள ஸராஹி நீச
– மரணிக்க வைப்பதால் விஷத்திற்கு வாழ்த்து

– துளசிதாஸ்

கடல்களைத் தாண்டிக் கேட்கிறது
வீறிட்ட சிசுக்குரல்,
காப்புடைந்த பெண்ணின் கதறல்,
கனன்றெரியும் வீட்டின் குமுறல்.

சரசப் பேச்சின் அலங்கார வளைவுக்குள்
எதிரெதிர் இனத்து மகனும் மகளும்
முகூர்த்த வேளையில்
சிரசறுபட்டு
அலறிவிழும் ரணகளம்.

இனம் மொழி மதம் என்று
ஊர்வலம் எடுத்த
மூளையின் தாதுக்கள் மோதி
சங்கமம் பிறழ்ந்து
சிக்கெடுத்தது முடிச்சு.

முடிச்சு இனி
வேட்டிக்கும்
முந்தானைக்குமல்ல,
முஷ்டிக்கும் பொறிவில்லுக்கும்.
அமைதியின் அநுஷ்டானங்களும்

ஆரவாரம் ஒடுங்கி ஸ்தம்பித்தன.
கல்லும் உருகி
அலையெடுக்கிறது
எரிமலைப் பிழம்பு.

மரணம் மட்டுமே என்ற பின்
மரணம்தான் என்ன?

அழிவது உடலின் கற்பூர நிர்தத்துவம்;
அழியாததுவோ உயிரின்
ஆரத்திச் சுடர்.

●

(ஜூலை 1983)
விடுதலைப்புலிகள், ஏப்ரல் 1985

இருபத்திநாலு மணிநேர இரவு

பகலைச்
சட்ட பூர்வமாகச் சதுரமிட்ட
ஜன்னல்களில்
நடுநிசியின் ரௌடி நிழல்கள்.

பதுங்காமல்
பவிஷுடன் பவனிவரும்
ஓநாய் பற்களுக்கு
இரும்பு வளைவுகளாய்
ராணுவப் பாதுகாப்பு.

இருமை தாண்ட விரதமெடுத்துத்
தலைமழித்த பிக்ஷு மடத்தில்
மலர்ச்செடிச் சிலிர்ப்புகள் கூட
ராக்ஷஸத் தலைப் பரட்டைகளாகின்றன.

குழந்தை வீறிடுகிறாள்.

நாளாந்த நாகரீகத்தின்
ஒளிச்சதுரம் உடைந்து
வீட்டினுள் சிதறுகிறது
சட்டத்தின் கரம் எறிந்த
பெட்ரோல் வெடி.

பீதியின் எல்லை.

குழந்தைமை கற்பிழந்து
பயங்கரம் முதிர்கிறது.

உலகின் ஊமைச் சட்டங்கள்
வீறிட்டு அழும்
பெண்குரலைச் சுற்றி
உதவிற்ற
அமைதிப் பிராந்தியமாகின்றன.
விடிவின் திசையற்று
ஒரு சமூகத்தின் உயிரை சூழ்கிறது
இருபத்தி நாலு மணிநேர
இருள்.

கண் முன்னால் தாய்தங்கை
கழுத்தறுபடக் கண்டவனின்
பிஞ்சுக் கை பிடித்த
துப்பாக்கி இரும்பில் மட்டும்
நக்ஷத்திரங்களின்
ஒளிக் கண்ணீர்த்துளி ஒன்று
உதயத்தை நோக்கிப்
பிரவஹிக்கிறது
நெருப்பாக. . .

●

***விடுதலைப்புலிகள்*, மே 1985**

உதிரநதி

அச்சிட்ட எழுத்துகளின்
அறிவிப்புப் பவனி
ஸ்தம்பிக்கிறது.

செய்தித்தாளில்
பிரதிபலிக்கும்
வாசக முகத்துக்குள்
அலறுகின்றன
ஓராயிரம்
கபாலங்கள்.

அலறும் ஒவ்வொரு
அச்செழுத்திலும்
குரல் பெறுகிறது ஓர்
மூதாதை இனம்.

மனித வர்க்கத்தின்
மனசாட்சியினுள்
பாய்கிறது அதன்
உதிர நதித் துடிப்பு.

நேற்றிருந்த முற்றத்தில்
மழலை விளைத்து இன்று
குற்றுயிரில் துடிக்கும்
குழந்தையின் நாளத்தில்
நேற்றைக்கும் மிகமுந்தி
எகிப்தின் பிரமிட்கள்
எழுமுன்னாடி ஒரு
யுகத்தின் வாசலில்
இமயம் உருகி
ஏழுகிளை விரித்து

பிரவஹித்த சப்த
சிந்து துடிக்கிறது.

துடித்துக் கொடுங்கோலின்
துப்பாக்கி ரவை மழையில்
உடைந்து சொரிகிறது.
அதன்
ரத்தச் சகதியில்
புதைகிறது
புத்தர் பிரானின்
தர்மச் சக்கரம்.

●

தமிழீழத்தில் ரணகளம், 1985

இரும்பின் இசை

கண்ணுக்குள் விரிகிறது
கடல்.
கடலின் அலைகளில்
இதயத்தின் குமுறல்.
குமுறும் நீரினுள்
நின்று எரிகிறது
தீயின் ஜுவாலை.
தீயினுள் பிறக்கிறது
இரும்பின் இசை
இதயத்துள் இசைமோத
தூரங்களாய் விரிகிறது
உயிரின் அலை.
அலைக்கைகள் தட்டித்
திறக்காத கல்லின்
கதவுக்குத் திறவுகோல்
நெருப்பு.
நெருப்பின் திசையில்
நிமிரும் கனவு.
கனவுக்கு வழிகாட்டும்
தணலின் சுவடுகள்.
தணலாக மலர
தோளிலே படர்ந்து
காத்திருக்கின்றன
இரும்பு நெருப்பின்
அரும்புகள்.
அரும்பினுள்ளே
நட்சத்திரமாய்
புதைந்திருக்கிறது
ஒரு புது உலகு.

நீசக் குகையின்
இருள் அதைக் கவ்வினால்
மரணக் கதவுக்கு
வழிகாட்ட நெஞ்சில்
முளைத்திருக்கிறது
விஷத்தின் கதிர்.
கதிரின் மறுமுனையில்
அரும்புகின்றன
ஆயிரம் கண்கள்.
கண்ணுக்குள் விரிகிறது
கடல். . .

●

(29.8.1986)
விடுதலைப்புலிகள், நவம்பர் 1986

கீற்று

நடுஇரவு உடைகிறது
இருபுறங்களிலும்
நாங்கள் நாங்களென
உடைந்து அகல்கின்றன
நாதியற்ற
நாய்களின் ஊளைகள்.

    இரவின் மையத்தில்
    காலக் குரைப்பற்ற
    கணத்தின் கீற்று.

    இருளின் தளத்தில்
    முதல் முடிவு இல்லாத
    பேரிருள் ரேகை.

உளடே
ஒரே ஒரு
நக்ஷத்திரத்தின்
தானற்ற வெண்மை –
துயிலற்ற மௌனம்.

●

கொல்லிப்பாவை, ஜூலை 1985

கிரணம்

விடிவுக்கு முன்வேளை
ஆகாயத்தில் மிதக்கின்றன
நாற்காலி மேஜைகள்.
ஊஞ்சல் ஒன்று
கடல்மீது மிதக்கிறது.
அந்தரத்து மரச் சாமான்களைச்
சுற்றிச் சுற்றிப் பறக்கிறது
அசரீரிக் கூச்சல் ஒன்று.
சிறகொடிந்து கிடக்கிறது
ஒரு பெரும் கருடப் பட்சி.
கிழக்கு வெளிறிச்
சிவந்து உதித்த
மனித மூளைக்குள்
வெறுமை ஒன்றன்
இருட்குகை.
குகைக்குள்
கருடச் சிறகின்
காலைவேளைச் சிலிர்ப்பு.
ஆகாயத்தில்
அலைமேல் அனல்.
மௌனித்தது
அசரீரிக் குரல்.

●

விருட்சம், ஜூலை – செப்டம்பர் 1991

இடம்

மீனுக்குத் தண்ணீர்
மிருகத்துக்கு
பிராண வாயு
மனிதாத்மாவுக்கோ
மனம்தான் வெளி.

●

லயம், ஏப்ரல் 1995

கடலாய் விரியும் நீர்மொக்குகள்

பிரமிள் கவிதைகள்: ஓர் உரையாடல்
எம். யுவன், சுகுமாரன்

சுகுமாரன்: நாம் பிரமிள் கவிதைகள் பற்றிப் பேச இருக்கிறோம். என்னுடைய சொந்த அனுபவத்தில் பிரமிள் கவிதைகள் பற்றிய அவதானிப்புகளை முன்வைக்கலாம் என்று எண்ணுகிறேன். நான் கவிதை எழுத வந்த காலத்தில் என்னை மிகவும் பாதித்த கவிஞர் பிரமிள்தான். காரணம் மற்றைய கவிதைகளில் இல்லாத விசேஷத்தன்மை அந்தக் கவிதைகளில் இருப்பதாக நினைத்தேன். அன்றைக்கு அது என்ன என்பதைச் சரியாக என்னால் இனங்கண்டுகொள்ள முடியவில்லை அல்லது புரிந்துகொள்ள முடிய வில்லை. ஆனால் அந்தக் கவிதைகளெல்லாம் தமிழில் அதுவரை எனக்கு அறிமுகமாகியிருந்த கவிதைகளிலிருந்து மாறுபட்டவையாக இருந்தன. மெல்ல அந்தக் கவிதைகள் படிமம் சார்ந்தவை என்ற தகவல் உணர்வோடு அல்லது அவற்றைத் தெரிந்துகொள்ள வேண்டும் என்ற ஆர்வத்தோடு படித்தேன். அவை மாதிரியான கவிதைகளை எழுத வேண்டும் என்பது என்னுடைய அப்போதைய விருப்பமாக இருந்தது. அப்படிச் சில கவிதைகளை எழுதியும் பார்த்தேன். அப்படி எழுதிப் பார்த்தபோது அடிப்படையான

இரண்டு விஷயங்கள் புரிந்தன. அந்தக் கவிதைகள் எல்லாரும் சொன்னதுபோல வெறும் படிமக் கவிதைகள் மட்டுமல்ல என்பது முதலாவது. படிமங்களை நெருங்கக்கூடிய அல்லது உருவாக்கக்கூடிய தகுதி – மனத்தகுதி – எனக்கு இல்லை என்பது இரண்டாவது. பிரமிளின் ஆரம்பக்கட்ட கவிதைகளில் ஒரு பெரிய பிரபஞ்ச தரிசனம் முன்வைக்கப்படுகிறது. அப்படியான தரிசனமின்றி அதுபோன்ற கவிதைகளை எழுத முடியாது; எழுதுவதென்ன, தொடக்கூட முடியாது என்பது பிடிபட்டது. அதனால் என்னுடைய கவிதைகளைத் தேடும் முயற்சியில் பிரமிளின் வாசகனாக மட்டுமே இருப்பது என்ற பாதுகாப்பான முடிவுக்கு வந்து சேர்ந்தேன். இது அடிப்படையான விஷயம்.

1950களின் கடைசியில் சரியாகச் சொன்னால் 1960 ஜனவரியில் வெளிவந்த எழுத்து இதழில் ஆரம்பித்து ஏறத்தாழத் தொண்ணூறு களின் இறுதிவரை தொடர்ந்து செயல்பட்டவர் பிரமிள். முதல் கவிதை தொடங்கிப் பிற்காலம் வரைக்கும் அவருடைய கவிதை யாக்கம் பரிணாம வளர்ச்சியை அடைந்து வந்திருந்தது என்றே சொல்லலாம். உடன்பாடாகவும் எதிர்மறையாகவும் அந்த வளர்ச்சி இருந்தது என்பது வேறு விஷயம்.

தற்போதைய கவிதைச் சூழலில் பிரமிளின் இடம் என்ன என்பதே எனக்கு இருக்கும் கேள்வி. பாரதிக்குப் பின்னால் தமிழ்க் கவிதைச் சூழலில் மிக முக்கியமான கவிஞராகப் பிரமிள் குறிப்பிடப்படுகிறார். பாரதிக்கு அடுத்த மகாகவி எனவும் புகழப்படுகிறார்.இன்றைக்கும் புதிதாகக் கவிதை எழுத வருகிற இளைஞர்களைப் பாதிக்கிறவராகவோ அல்லது அவர்களால் பேசப்படுகிற கவிஞராகவோ இருக்கிறார். இப்படி பிரமிளுக்குக் கொடுக்கப்பட்ட இடம் என்ன? மகாகவியின் நிலைக்குக் கொண்டுபோய் நிறுத்துகிற எவரும், அவரை ஆழமாக வும் விரிவாகவும் படித்திருக்கிறார்களா? அப்படி அவர்கள் படிக்கவில்லை என்கிற அபிப்பிராயம், சந்தேகம் எனக்கு இருக்கிறது. ஏனென்றால் ஐம்பது வருடங்களாகத் தமிழில் எழுதிக் கொண்டிருந்த ஒருவர், அவருடைய கவிதைகளைப் பற்றிய ஏற்புடையதோ அல்லது எதிரான விமர்சனங்களோ நமக்குப் பார்க்கக் கிடைக்கவில்லை. மிக அபூர்வமாக ஒன்றிரண்டு பேர் மட்டுமே எழுதியிருக்கிறார்கள். மற்றபடி அவர் மிகச் சிறந்த கவிஞர், மகாகவி என்கிற பாராட்டு உரைகளையே எழுதினர். இந்த உரையாடலில் தமிழ்க் கவிதைகளில் பிரமிளின் இடம் என்ன, அவர் தமிழ்க் கவிதைகளில் என்னென்ன புதுமைகளைக் கொண்டு வந்தார் என்பதைப் பற்றிப் பேசலாம்.

எம். யுவன்: ஆம், எனக்கும் அதுதான் ஆசை. பிரமிளின் கவியுலகத்தை நெருங்குவதென்பது அவ்வளவு சுலபமானதல்ல என நானும் எண்ணினேன். ஆரம்பக் காலங்களில், நவீன தமிழ்க் கவிதைகளுக்குள் ஒரு வாசகனாய் நுழைந்த நேரத்தில் பெரும் மிரட்சி தந்த கவிஞராகத்தான் பிரமிள் தோற்றமளித்தார். பிரமிளை இன்று படிக்கும்போது மிக எளிதாக, மிகவும் இயல்பாய் தொடர்புபடுத்தக் கூடிய வரிகளெல்லாம் ஆரம்பக் காலங் களில் பிரமிப்பாகவும் பயமாகவும் இருந்தன. வேறு எதையோ சொல்வதுபோல இருக்கிறதே என்கிற மயக்கம் எப்போதுமே இருந்துகொண்டிருந்தது.

பிரமிளை நான் எப்படிப் பார்க்கிறேனென்றால் . . . தமிழ்க் கவிதைகளின் தற்போதைய வடிவம் சுப்பிரமணிய பாரதியின் வசன கவிதைகளில் இருந்து ஆரம்பமாகிறது எனக் கொள்ளலாம். அவ்வாறு கூறினால், நவீனக் கவிதைகளின் தற்போதைய வேகம் ந. பிச்சமூர்த்தி போன்ற முன்னோடிகளால் ஆரம்பிக்கப்பட்டது. ஆனால் மொழியளவில் முழுமூச்சான வேகத்தைச் செலுத்தியவர் பிரமிள்தான். முழுக்கமுழுக்க அந்தப் பெருமையை நாம் அவருக்கு வழங்கியாக வேண்டும். இரண்டாவதாக பிரமிளின் கவிதைகளை அணுகுவதற்கு வெறும் கவிதை வாசிப்பு மட்டும் போதாது எனத் தோன்றுகிறது. பிரமிளின் கவியுலகத்தின் தாதுவை, நெருங்கக்கூடிய ஆசையும் வேகமும் ஒரு வாசகனுக்கு இருக்க வேண்டும். அதை இன்னொரு விதமாகவும் சொல்லிப் பார்த்துக்கொள்ளலாம். பிரமிளின் கவிதைகளில் ஒரு கவிதைசொல்லி உருவாகிறான் இல்லையா? அவன் பிரபஞ்சஜீவியாக, விஸ்வரூபியாகத்தான் எனக்குத் தெரிகிறான். காண் உலகத்தின் நுண்அலகுகளை நுட்பமாக விவரிப்பவனாக மட்டுமல்லாமல், நடைமுறைக் காட்சியில் அகண்டாகாரத்தினுடைய உயிர் இருக்கிறது என்பதையும் சொல்லக்கூடியவனாயிருக்கிறான். சுருங்கிச் சுருங்கி விரியக்கூடிய உலகமாய் பிரமிளின் உலகம் இருக்கிறது. நடைமுறையான காட்சியைச் சொல்ல வரும்போது அது ஒரு பலூனைப் போன்று பெரிதாக வீங்கி ஆகாயம் வரை விரியக்கூடிய ஒன்றானதாய் இருக்கிறது. இதைப் பார்ப்பதற்கு எனக்குள்ளும் அதே வேகம் இருந்தாக வேண்டும். அப்படி இல்லாத ஒரு வாசகனை மிகச் சுலபமாக பிரமிள் மருளவைத்துவிடுவார். ஆனால், பிரமிளின் வார்த்தைகளில் இருக்கக்கூடிய வசீகரம், சொற்சேர்க்கை ஈர்ப்பை ஏற்படுத்தக்கூடியது. அந்த ஈர்ப்பு மட்டும் போதுமானதாக இருக்கும் வாசகன் பிரமிள் கவிதைகளின் மேற்பரப்பை மட்டுமே

காண்கிறான் என்றே சொல்வேன். பிரமிளின் கவிதைகளுக்குள் நுழைவதற்கு பிரமிளிடம் இருப்பதைப்போன்ற தேடலும் வேகமும் வாசகனுக்கும் இருக்க வேண்டும். அப்படி இல்லாத வாசகனுக்கு பிரமிளின் உலகம் ஒருபோதும் திறக்காது.

பிரமிளுடைய ஆரம்பக் கவிதைகளைப் பார்த்தோமானால், 60களில் எழுத்து இதழில் முதல் கவிதை வெளியாகிறது. மரபான வடிவம் கொண்ட கவிதை. பாரதியின் வசன கவிதைகளின் பாணியிலோ அல்லது பிச்சமூர்த்தி எழுதிய புதிய கவிதைகளைப் போலவோ எழுதப்பட்ட கவிதை அல்ல அது. அடிப்படையில் மரபு சார்ந்த வடிவம் கொண்ட கவிதை. அவர் தொடர்ந்து எழுதியவற்றில் கையாளப்பட்ட கவிதைப் பொருட்களும் மரபு சார்ந்தவையே. எழுத்தில் வெளிவந்த முதல் கவிதை என்று குறிப்பிடப்படும் 'நான்' என்ற கவிதை யாப்பு வடிவைக் கொண்டது. அதன் பேசுபொருள் – காலங்காலமாகக் கேட்கப்படும் 'நான் யார்?' என்ற தத்துவக் கேள்வியைக் கொண்டது. அதன் பொருளிலும் சொல்லும் முறையிலும் மரபை ஒட்டியது. அப்படிப்பட்ட மரபிலிருந்து அவர் எப்படி புதிய முறைக்கு, புதிய சொல்முறைக்கு மாறினார் என்று யூகிக்க முடியுமா?

கட்டாயம் முடியும். எப்படியென்றால், பிரமிளுக்கு முன்னிருந்த கவிஞர்கள் தனிமனித உளச் சிக்கல்களைப் பற்றிப் பேசுகிறார்கள் அல்லது வேதாந்த தரிசனங்களை முன்வைக்கிறார்கள். ஆனால் இந்த இரண்டையும் விட்டு விலகிச் செல்லக் கூடியவராய் பிரமிள் இருக்கிறார். உதாரணமாக, அவரின் மொத்தக் கவியுலகத்தையும் பார்த்தீர்களானால் தத்துவத் தரிசனங்களும் ஆன்மீகமும் அறிவியல் கோட்டுபாடுகளும் அடுத்தடுத்துப் பார்க்கக் கிடைக்கின்றன. காலத்தை வெளியாகப் பார்க்கிற, இடமாகப் பார்க்கக்கூடிய மரபு ஐன்ஸ்டீன் காலத்திலிருந்தே உருவாகிறது எனக்கொள்ளலாம். குவாண்டம் இயற்பியலின் நுண் அலகுகள் பிரமிளின் கவிதைகளில் சர்வ சாதாரணமாக உலாவுகின்றன. $E=mc^2$ என்று கவிதை எழுதியிருக்கிறாரே அதை வைத்து மட்டும் சொல்லவில்லை!

காலத்தை இடமாகச் சொல்வதைப் பல கவிதைகளில் கையாண்டிருக்கிறார். 'இது நிகழ்ந்த சமயம் / இடமற்ற/ மனோவேளை' என்று 'அடிமனம்' கவிதை முடியும்.

இன்னொரு கவிதை 'நாளை புரட்சி'. நாளைகள் ஒவ்வொன்றும் / நாள்தோறும் நேற்றாக / தன்பாட்டில் போகிறது / தான்தோன்றிச் சரித்திரம்' என்று முடிகிறது.

இதுமாதிரியான கவிதைகள் எல்லாம் அவருடைய ஆரம்பகாலத் தொகுப்பிலேயே இருக்கின்றன. இன்றும் அவரை நாம் சிலாகித்துப் பேசுகிற ‘கண்ணாடியுள்ளிருந்து’, ‘மேல் நோக்கிய பயணம்’, ‘கைப்பிடியளவு கடல்’ இந்த மாதிரியான கவிதைப் பரப்புகளுக்கு வருவதற்கு முன்னமே இக்கவிதையை எழுதியிருக் கிறார். இத்துடன் அவசரமான ஒரு வாக்கியத்தையும் பேச வேண்டும் என எண்ணுகிறேன். எப்போதுமே பிரமிளைப் பற்றிப் பேசும்போது படிமம் என்கிற வார்த்தையை எல்லாரும் பக்கத்திலேயே போட்டுவிடுகிறார்கள். தம்மளவில் படிமம் பற்றின தெளிவோடோ, பிரமிளைப் பற்றிய தெளிவோடோதான் பேசுகிறார்களா என்று நமக்குத் தெரியாது. பிரமிளும் படிமமும் தமிழ்க் கவிதைச் சூழலில் பிரிக்க முடியாத ஒன்றாக இருக்கிறது. ஆனால் பிரமிளுடைய படிமங்கள் அத்தனையுமே படிமங்கள் அல்ல என்பதே என் அபிப்பிராயம். அவரிடம் மிகவும் உறுதியான ஓர் உருவக மொழி இருந்தது. கடைசி வரைக்குமே அந்த உருவக மொழியைப் பயன்படுத்தியிருக்கிறார். இந்த உருவகங்களில் சிலது மட்டுமே படிமம் என்று ஏற்றுக்கொள்ளத் தக்கனவாகவும் பல இடங்களில் தட்டையானவையாகவும் இருக்கின்றன. அவை பற்றியும் நாம் பேசலாம்.

சரி, பிரமிள் கவிதைகளின் படிமம், உருவகம் இவற்றை எப்படி வகைப்படுத்துவது?

இது முக்கியமான கேள்வி. உவமை என்பது ‘இதைப் போன்ற தான இன்னொன்று’ என்பதுதான், இல்லையா? இதுவே அது அல்ல; ஆனால் இதைப் போன்றது என்கிறபோதே உவமானம், உவமேயம் இரண்டும் அங்கு வந்துவிடுகின்றன. ‘இந்த மாதிரியான அது’ எனச் சொல்ல முடியாத, ஆனால் ‘இதுவேதான் அது’ என்கிற இணைகள் வருமல்லவா? அதைத் தான் உருவகம் என்கிறோம். உதாரணத்துக்கு ‘ஞாபகச் சகதி’ என்ற சொற்றொடர். ஞாபகச் சகதியை நீங்கள் பார்க்க முடியாது. காட்சியாக உருவகித்துக்கொள்ள முடியும். அதைச் சொற்றொடராக வெளிப்படுத்திவிட முடியும். ஞாபகச் சகதி என்றதும் சகதிபோலக் குழம்பிய ஞாபகம் என்ற அர்த்தம் கிடைத்துவிடும். ஆனால் அது ஒரு கருத்தாகக் கிடைக்கும். கருத்து மட்டுமேயாக. ஸ்தூலமான உருவம் அல்ல. அப்படி யில்லாமலிருப்பதுதான் படிமம் என்று நினைக்கிறேன்.

அவருடைய ‘காவியம்’ கவிதையை முன்வைத்தே பேசலாம். ‘சிறகிலிருந்து பிரிந்த இறகு ஒன்று.’ அதை நீங்கள் பார்த்துவிட

முடியும். 'காற்றின் தீராத பக்கங்கள்' அதை நீங்கள் பார்க்க முடியாது. ஆனால் முந்திய காட்சியின் வழியாக காற்றின் தீராத பக்கங்கள் தொடர்புற்றுவிடும். 'பறவையின் வாழ்வை ஒற்றைச் சிறகு எழுதுவது' காட்சியாக நிர்மாணமாகிவிடும். இந்தக் காட்சியில் எதை வேண்டுமானாலும் நிரப்பிப் பார்த்துக் கொள்ளலாம். காட்சி தன்னளவில் முழுமையானதாய் இருக்கும்; காணக் கூடியதாய் இருக்கும்.

பிரமிளின் இன்னொரு கவிதையில் வரும் வரி 'இது புவியை நிலவாக்கும் / கண்காணாச் சரக்கூடம்'. இதில் சரக்கூடம் என்பது உருவகமல்ல. நான் இதைப் பார்த்தாகிவிட்டது. ஒளிரேகைகளிலிருந்து ஆக நுண்மையான அடுத்தடுத்துப் பெறக்கூடிய இழைகள் இருக்கின்றனவல்லவா, அவை எனக்குத் தெரிகின்றன. இந்த முழுமையைத்தான் படிமம் என்கிறேன். இதைப் புரிந்துகொள்ள முயற்சிக்கும்போதுதான் கவிஞராக பிரமிளை நெருங்க முடியுமென்று நினைக்கிறேன்.

படிமம் சார்ந்து இன்னொரு விஷயம் சொல்லத் தோன்றுகிறது. படிமம் என்பது தமிழ்க் கவிதைகளில் தொடர்ந்து பயன்படுத்தப் பட்டு வந்திருக்கிறது. ஆனால் அந்தக் குறிப்பிட்ட தொழில்நுட்பச் சொல்லால் அல்லது கலைச் சொல்லால் சுட்டிக்காட்டப்படவில்லை. பாரதியின் 'ஆடி வரும் தேன்' ஒரு படிமம் என்றால் ஒப்புக் கொள்வீர்கள் இல்லையா?

ஆம், உண்மை.

அதனுடைய விரிவைத்தான் பிரமிள் படிமமாய் உருவாக்கியிருக்கிறார் என்று நினைக்கிறேன். படிமம் என்ற பெயரில் வெறும் உவமை யையோ உருவகத்தையோ சிருஷ்டிப்பதில்லை. ஒரு இயக்கத்தை உருவாக்குகிறார். ஒரு தொடர் இயக்கத்தை உருவாக்குகிறார்.

'மனக் கண்ணின் மத்தளத்தில் கதிர்களின் கூத்தடிப்பு' என்று ஒரு வரி. இதில் சொற்களும் செயலும் ஒன்றிணைந்து ஓர் இயக்கத்தைக் கொண்டு வருகின்றன. படிமம் என்பதைக் கவிதைக்குள் இயங்கும் ஒன்றாக உருவாக்கினார்; அது ஒரு அணியல்ல; கவிதையின் உயிர்ப்பான அலகு என்று நிறுவினார். அப்படியாக, படிமத்தை அவர் ஒரு தொடர் இயக்கமாகவே பார்த்தார், படைத்தார் என்று சொல்ல முடியும்.இல்லையா?

ஆம். அப்படிச் சொல்லலாம். பிரமிள் சம்பந்தமாக இன்னொன்றை யும் சொல்லத் தோன்றுகிறது. அவர் கவிதைகளில் இருக்கக்கூடிய

காட்சிகள், நிகழ்ந்துகொண்டு இருக்கக்கூடியவை. காட்சிகள் எப்போதும் நிகழ்ந்துகொண்டே இருப்பதால்தான் அவை இயங்கிக்கொண்டிருப்பதாக நமக்குத் தெரிகிறது. ஒரு காட்சி முடிவுற்றுப் போனால் அந்தப் படிமமும் முடிவுற்றுப் போகிறது. உதாரணமாக, அவருடைய 'அருவுருவம்' என்ற கவிதை. அந்தக் கவிதையை நாம் வாசித்துப் பார்க்கலாம். நான் வாசிக்கவா, நீங்கள் வாசிக்கிறீர்களா?

நீங்களே வாசித்துவிடுங்கள். உங்கள் சிந்தனை வேகத்தை நான் தடுக்க வேண்டாமே!

சரிதான். நான் சொல்ல வருவதும் படிமத்தின் வேகத்தைப் பற்றித்தான்! வாசிக்கிறேன்.

தூரத்துச் செம்பாறை
சமீபத்திற்குக் களிமண்ணாயிற்று
கால்பட்டு உள்வாங்கி
கடித்தது

பாம்பு என்று பதறி ஓடி
ஆசுவாசம் ஆகி
காலைப் பரிசோதித்து
ரத்தம் கண்டு
கடிவாயின் மேல்
வேட்டிக்கரையால்
கட்டுப் போட்டு
உயிரைக் கையில் பிடித்தபடி
விஷத்தின் வேலையை
எதிர்பார்த்து ஏமாந்து
திரும்பி
தூரத்துச் செம்பாறை
சமீபத்துக்குக் களிமண்ணான
ஸ்தலத்துக்கு வந்து
கால்பட்டு உள்வாங்கிய
பிலத்தில் எட்டிப்
பார்த்தால் –

இதுவரைக்கும் மூச்சுவிடாமல் ஒரே ஓட்டம். நடுவில் வருகிற அத்தனையையும் ஒரே தளத்தில் இணைத்திருக்கிறார். பிளவு படாத கணமாகத் தொடர்ந்துகொண்டே இருக்கிறது குரல். இந்த வரிகளைவாய்விட்டு வாசிக்கும்போதுதான் அவர் வரிகளின், மொழியின் உச்சாடனத்தன்மையை நாம் பார்க்க முடியும். அந்தத் திறனை வேறு ஒருவரிடம் நாம் பார்க்க முடியவில்லை. இதைத்தான் வேகம் என்கிறேன். மூச்சுவிடாத வேகம். மூச்சிரைக்க

இரைக்க முதல் வரியிலிருந்து கடைசி வரி வரைக்கும் ஓடக்கூடிய வேகம். அது உருவாக்கக் கூடிய படிமம்தான் இயங்கியல் தன்மையுடையதாக உள்ளது. தொடர்ந்த, பிளவுபடாத, கவிதை முடிந்த பிற்பாடும் நிகழ்ந்து கொண்டிருக்கக் கூடிய காட்சி அது. பிளவுபடாத நிகழ்வு. அதுதான் பிரமிளுடைய எல்லாக் கவிதைகளும் எனச் சொல்லலாம்.

பிரமிளின் கவிதைகளில் படிமம் சார்ந்து துலங்கிய இன்னொரு அம்சம். ஒரே சமயத்தில் காட்சிப் படிமமாக இருப்பதுவே ஒலிப் படிமமாக மாறுவது.

ஆம், மிக முக்கியமான அம்சம், ஏனெனில் மரபில் சந்தமும் இலக்கணமும் கொடுத்த வசதிகளின் வழியாக இந்த தொடர் ஓட்டம் அல்லது சங்கிலித் தொடர் அமைகிறது. பிரமிள் நவீன வடிவத்தில் அதைச் செயல்படுத்தியிருக்கிறார் என்பதுதான் அவருடைய தனித்துவம். அதுவே அவரது மொழியின் வேகம் என்பதை மீண்டும்மீண்டும் சொல்லத் தோன்றுகிறது.

அவரின் படிமக் கவிதைகள் எனப் பல சமயங்களில் எடுத்துக் காட்டப்படுகின்றவற்றில் சில, படிமக் கவிதைகள் அல்ல என்று நினைக்கிறேன். உதாரணமாக, திரும்பத்திரும்ப எடுத்துக் காட்டப் படும் கவிதையான 'மின்னல்'. இப்போது இது படிமக் கவிதை அல்ல என்றே எனக்குத் தோன்றுகிறது; வெறும் உருவகத் தொகுப்பாகவே படுகிறது.

மின்னல் மட்டுமல்ல, அவரது மிகப் பிரபலமான கவிதையான 'விடிவு' கவிதையும் அப்படித்தான். "பூமித் தோலில் அழகுத் தேமல், பரிதி புணர்ந்து படரும் விந்து" என்று அழகான தொடர்களைச் சொல்கிறார். நவீன, அதி நவீன வடிவத்திலிருக்கக் கூடிய மரபுக் கவிதைதான் என.அது விளக்கத்துடன் *(description)* தன்னை நிறுத்திக்கொள்ளும். எகிறிப் போக யோசிக்கும். உட்பிரதி *(sub-text)* இல்லாத கவிதையாக நின்றுவிடும். வெறும் படிம அடுக்கு என்றுதான் அதையெல்லாம் சொல்ல முடியும். அப்படியான கவிதைகளை, நிறையப் பேருடைய கவிதைகளைத் தமிழில் காட்ட முடியும். வெறும் அடுக்குகளான கவிதைகளை. அந்த அடுக்குகளிலேயே கூட பிரமிள் அடைந்த கனத்தை அவை அடைய முடியவில்லை. அவையெல்லாம் வெற்றான அடுக்குகள் மட்டுமே. பிரமிளைப் பொறுத்தே கூட இந்த மாதிரியான கவிதைகளை அவருடைய 'டேக் ஆஃப்'புக்கு முந்தியவை என்றுதான் பார்க்க முடியும். நான் அப்படித்தான் பார்க்கிறேன்.

இந்தக் கவிதைகளை முக்கியமான கவிதைகள் என நாம் கொள்ள முடியுமா?

தமிழ்க் கவிதைப்பரப்பை நாம் ஒற்றைச் சார்பாய்ப் பார்த்துவிட முடியாது. ஏனென்றால், ஒன்றுக்கொன்று தொடர்பில்லாத நான்கு படிமங்கள் இருக்கிறதல்லவா; அதைத் தனித்தனியாக வைப்பதற்குத் தைரியம் வேண்டும். அதன்வழியாக அது பெறும் பொருளைத் தொகுத்துச் சொல்லக்கூடியதாக இல்லாமல் வெறும் காட்சியாக மட்டுமே வைத்துப் பார்க்கலாமே, ஒரு காட்சியை நான்குவிதமாகச் சொல்லிப் பார்க்கலாமே என்று தோன்றுமில்லையா?

தேவதச்சனுடைய கவிதை "எனக்கு ஞாபகமுள்ள பௌர்ணமிகள் நான்கு" என்கிற கவிதையை எடுத்துக்கொள்வோம். நான்கு தெரியாத பௌர்ணமிகள் இருந்து வெவ்வேறு சந்தர்ப்பங்களைக் கூறுதல். இந்த தைரியம்கூட அந்த மாதிரியான ஒரு கவிஞனுக்கே வருகிறது. சிதறுண்ட காட்சிகளை, வெளிப்படையான தொடர்ச்சி யில்லாத சரடுகள் இல்லாத முறையில் கோத்துப் பார்க்கலாம். பிரமிள் அப்படிச் செய்து பார்த்திருக்கிறார். ஆனாலும்கூட அவை படிமங்கள் மட்டுமே. அதற்குப் பின்னே வாசகனுக்குக் கிடைக்கக்கூடிய கவிதானுபவம் என்ன என்று கேட்டால், அது வெறுமையாகவே இருக்கும்.

பிரமிளுடைய ஆரம்பகாலக் கவிதைகளில் இருக்கக்கூடிய வேகத்தில், எனக்குப் பிடித்த இன்னொரு விஷயம், மணிக்கொடி காலத்திற்குப் பிறகான தமிழில் உரைநடை மொழி கொஞ்சம் கொஞ்சமாகத் தூய்மையை நோக்கிச் செல்ல ஆரம்பித்தது. சமஸ்கிருத வார்த்தைகளை, ஆங்கில வார்த்தைகளைக் குறைத்துக்கொண்டு, அசலானதமிழ்ச்சொற்களை மொழித் தூய்மையை நோக்கித் தமிழ்க் கவிதைப் பரப்பு, எழுத்துப்பரப்பு போய்க்கொண்டிருக்கும்போது அதைப் பற்றி எந்தக் கவலையும் கொள்ளாது, தன்னுடைய மணிப்பிரவாளத்துக்குள்ளே பிரமிள் தொடர்ந்து இயங்கிக்கொண்டிருந்தார். அவருடைய 'கோத்ரம்' கவிதையின் இறுதி வரிகள் இப்படி அமைகின்றன.

என் ஒளியைக்
குழாய் ஜலமாய்க்
குலஹீனம் செய்யும் ஜடமே
உன் கபந்த விடாய்க்கு நான்
ஓவர் ஹெட்டாங்க் அல்ல
ஒளி

இந்த வரிகளில் தமிழின் விகிதம் என்ன என்பதை மெனக்கெட்டு எடுத்துச் சொல்ல வேண்டியது இல்லை! இப்படியாக தன்னுடைய கவிதைப் பரப்பு முழுக்கவுமே சம்பிரதாயத்தை ஒட்டியும் விலகியும் பாயக்கூடிய உருவக மொழி, அவரே உருவாக்கிய அபாரமான கவிதைமொழி இந்த இரண்டுக்கும் இடையே ஊசலாடிக்கொண்டே இருந்திருக்கிறார். உதாரணமாக, 'இரவினுள் பதுங்கிய புதிர் / முகம் திரளா உடல்' என்கிற அற்புத வரிகள் இருக்கக்கூடிய அதே கவிதையில் "மனநிழல் எலும்பு மீண்டும் சதைகொண்டு எழுகிறது" என்ற வரிகளும் இடம்பெறுகின்றன. இந்த வரிகள் எனக்கு உவப்பானதில்லை, இவற்றில் இருக்கக்கூடிய உருவகம் தட்டையாகவே இருப்பதாக எண்ணுகிறேன். இந்த மாதிரியான ஊசலாட்டம் அவரிடம் இருந்தது. தானே உருவாக்கிய பிரத்தியேகமான கவிமொழி, அதற்குப் பக்கத்திலேயே மரபின் அழுத்தம் செறிந்த தட்டையான வரி; இந்த இரண்டுமே ஒரே கவிதையிலேயே இருக்கின்றன. அவர் மிகவும் பிரக்ஞைபூர்வமான கவிஞர். எனவே, அதை வேண்டுமென்றே பயன்படுத்தினாரா என நமக்குச் சொல்லத் தெரியவில்லை.

உரையாடலை ஆரம்பிக்கும்போதே நீங்கள் சமகால வாசிப்பின் மேலும் அவரின் அடியொற்றிச் செல்பவர்கள் மேலும் பிரமிளை விதந்தோதுபவர்கள் மேலும் புகார் சொன்னீர்கள் இல்லையா? அதைப் பற்றி எனக்கும் சொல்ல வேண்டும். அதாவது, பட்டுப்பூச்சிக்கு இருக்கிறதைப்போன்ற துலக்கமான துல்லியமான படம் போட்டுக் காண்பிக்குமளவுக்குத் தெளிவான வளர்ச்சிப் பருவம் பிரமிளுக்கு இருக்கிறது. இதைக் கணக்கிலெடுக்காமல் மொத்தமாக பிரமிளைத் திருவுருவமாக்கி, வில்லையாக, நாணயமாக மாற்றிச் சட்டைப்பைக்குள் போட்டுக்கொண்டு அதை மீண்டும் மீண்டும் எடுத்துப் பார்த்துக்கொள்வது, அதைத் தமிழ் வாசிப்பின் அநாகரிகத்தின் உச்சம் என்றே சொல்வேன். பிரமிளின் கவிதைகளில் பல காலகட்டங்கள் செயல்பட்டிருக்கின்றன. அதன் முதல்கட்டமாக காட்சியற்ற கருத்துகள் ஓங்கியிருந்தன என்றே சொல்லலாம். 'ஆரீன்றாள் என்னை' என்ற கேள்வி இருக்கிறதில்லையா? அந்தக் கேள்விகள் எல்லாமுமே அதற்கு என்ன மாதிரியான விளக்கங்களைக் கொடுத்தாலுமேகூட அவை கருத்தை முன்வைக்கிற கவிதைகள் தான். இதற்குக் கொடுக்கூடிய பதிலும் கருத்தை முன்வைக்கிற பதிலாகவே இருக்கும். இதை மாதிரியான விசாரணைகள் முதல் கட்டம். இரண்டாவது காலகட்டம் கருத்தை முன்னிறுத்தாத, காட்சிகள் உள்ள கவிதைகள். விடிவு, மின்னல் கவிதைகளை

எடுத்துக்கொள்ளலாம். காட்சிகள் இருக்கும். ஆனால் வலிந்து எந்தவிதமான கருத்துகளும் சொல்லப்பட்டிருக்காது. மூன்றாவது கட்டம், ஒன்று வருகிறது. அதில் வேறு ஒரு முதிர்ச்சி செயல்பட ஆரம்பிக்கிறது. அதில் காட்சியோடு முயங்கிய கருத்துகள் இடம்பெற ஆரம்பிக்கின்றன. 'இடமற்ற மனோவேளை, 'மாதிரியான வரிகளைச் சொல்லலாம். பிரமிளின் வளர்ச்சியின் காலகட்டங்களை மிகத் தெளிவாகப் பிரித்துப் பார்த்துவிட முடியாது. ஆனாலும் அவரைத் தொடர்ந்து கவனித்தால் அவர் தடம் மாறக்கூடிய அல்லது வீறு கொள்ளக்கூடிய பாதையைப் பார்த்துவிடலாம்.' கூனற் பிறையோனின்/உதரத்தே மறைந்த/ உயிர்க்குலத்தில்' என்று கவிதை வரி வருகிறது. சுட்டப்படுகிறவர் சிவபெருமான்தான். சைவ சித்தாந்தம் சொல்லும் அதே சிவபெருமான்தான் அங்கே இருக்கிறார். ஆனால் பிந்திய காலங்களில் எழுதிய $E=mc^2$ கவிதையில் அவர் வேறு ஆளாக மாறுகிறார்.

நைவேத்யத்தை
குருக்கள் திருடித் தின்றதினால்
கூடாய் இளைத்துவிட்ட
நெஞ்சைத் தொட்டு
'இங்கே' என்றான் சிவன்

கடவுளாய் இருந்த சிவன் கார்ட்டூனாக மாறுகிறார்; இந்த வேறுபாடு எப்படி நடந்தது? பிரமிள் எதை நோக்கி நகர்கிறார்? அதிகமாகப் பேசிவிட்டேனோ?

இல்லை. ஆனால் குறைவாகப் பேசவில்லை!

முதல்கட்டத்தில் 'துஞ்சப் புகுந்த வெய்யோன்' என்கிற குறிப்பு இருக்கிறது. இரண்டாவது கட்டத்தில் 'கதிர்க் கொள்ளிகள் நடுவே/ ஏதோ எரிகிறது . . . /ஒன்றுமில்லை/ பரிதிப் பிணம்' என்ற அற்புதமான வரி வருகிறது. இந்த மாற்றம் எங்கிருந்து வந்தது. இது நேர் எதிரான மாற்றம்தானே? இவ் வரிகளின் நேர் முரணான மாற்றத்திற்கு பிரமிள் வருகிறார். மூன்றாம் கட்டத்தில் பூடகமான மர்மக் காட்சிகள் இருக்கின்றன. ஆனால் அவற்றின் உள்ளுக்குள்ளே இலக்கிய அரசியலும் தகராறுகளுமே அதிகம் இருக்கின்றன.

வம்புகளும் இருக்கின்றன.

ஆம். அறைகூவல், வீழ்ந்த கூரை போன்ற கவிதைகள் எல்லாம் அது மாதிரியானவை.

அறைகூவல் அந்த மாதிரியான கவிதையா என்ன? எனக்கு அப்படித் தோன்றவில்லை. நீங்கள் சொல்கிற கவிதைகளுடன் அதைச் சேர்க்க முடியுமா?

ஆம், சேர்க்க முடியும். 'பிறவாத கவிதை' இவையெல்லாவற்றையும் ஒரே பிரதியில் ஒரு முன்னிலையைப் பார்த்துச் சொல்கிறது.

ஒரு குற்றச்சாட்டின் குரலில் . . .

ஆமாம். ஒரு குற்றச்சாட்டாக, வசவாக. 'கண்ணாடியுள்ளிருந்து' தொகுப்பிலிருக்கிற முதல் கவிதையிலிருந்தே, பிரமிளின் குரல், தொனி இரண்டுமே மாற ஆரம்பித்துவிடுகின்றன. "நிலவை மழித்தான் தேவநாவிதன்" தேவநாவிதன் என்பது பழமையான வெளிப்பாடுதான், அதில் புதுமை எதுவும் இல்லை. ஆனால் நிலவை மழிக்கும் செயல் புதுசாக இருக்கிறது. இப்படி கலந்து கட்டி ஒரு பாதையில் பயணம் செய்கிறார். இதையெல்லாம் கவனிக்க வேண்டும் என்றுதான் தோன்றுகிறது. பிறகு, இரண்டாவது கட்டத்தில் கவிதையின் ஆழ்தளம் நோக்கிப் போகிறார். 'கண்டது கண்டது கண்ணீர் விட்டது' - இந்த வரி அதியற்புதமானதாகத் தோன்றுகிறது. காண்பதும் காண்பதைக் காண்பதும் பிறகு கண்ணீர் விடுவதும் . . . மூன்றாவது அடுக்கில் அதை மனிதவயப்படுத்துவது ஹ்யூமனைஸ் செய்வது செய்வது மிகப் பெரிய செயல்முறை; பிராசஸ். அதில்தான் பெரிய பிரபஞ்ச தரிசியாகிறார்.

நீங்கள் சொன்னதை வைத்தும் என்னுடைய வாசிப்பை முன்வைத்தும் பார்க்கிறபோது இப்படித் தொகுத்துக்கொள்ளுகிறேன். அவருடைய பொயட்டிக் விஷன், கவித்துவப் பார்வை என்று சொல்லலாமா? அது நான்கு கட்டங்களாக நகர்கிறது என்று தோன்றுகிறது. 'ஆரீன்றாள் என்னை?' என்று தொடங்குகிற நான் என்ற கவிதையில் வருவது வழக்கமான கேள்வியே. மரபாக ஆன்மீகவாதிகள் முன்வைக்கிற அதே கேள்வியைச் சமகாலத்தில் திரும்பவும் ஒருவன் கேட்கிறான். அதில் எந்தப் புதுமையும் இல்லை. இவை ஏற்கனவே சொல்லப்பட்டு நிலைபெற்றுவிட்ட கருத்துகளின் தொடர்ச்சியாக மட்டுமே இருக்கின்றன. இது ஒரு கட்டம்.

இடையில் நான் குறுக்கிடலாமா?

வேண்டாம்னா விட்டுவிடுவீர்களா! குறுக்கிடுங்க.

அந்த முதல் கட்டத்தில் பிச்சமூர்த்தி, பாரதி ஆகியவர்களின் மீது அழுத்தமான சாயல் அவரிடம் இருக்கிறது.

பெரும்பாலும் இந்தக் கவிதையினுடைய கேள்விகள், ந. பிச்சமூர்த்தியின் 'வழித்துணை' கவிதையின் சாயலில் உருவான கேள்விகள்தான். பிச்சமூர்த்தியின் கவிதை எதை வேண்டுகிறேதோ அதுவேதான் அதே கேள்விகள்தான் இக்கவிதையில் வேறுமொழியில் கேட்கப்படுகின்றன.

"அழகென்ன மீனா? மொழியின் தூண்டிலில் வசப்பட" என்று பிச்சமூர்த்தி கேட்கிறார். பிரமிள் கேட்கிறார்: "உயிர்த்தெழும் ஒளிக்கு இருளென்ன திரையா?" இரண்டிலும் ஒரே குரல். ஒரே தொனி.

இந்த வரிகளில் நான் பாரதியின் சாயலைப் பார்க்கிறேன். 'இருள் என்பது குறைந்த ஒளி என்ற வெளிப்பாடுதான்' ஆமாம்/ இரவின் நிழலே பகல் / இருளின் சாயை ஒளி' என்று பிரமிளிடம் மாறுகிறது.

ஆம், அதுவேதான்.

பிரமிள் அடுத்த கட்டமாக, ஆன்மீக விசாரத்திலிருந்து அறிவியலை நோக்கிச் செல்லுகிறார். அந்த மனநிலையில் பல கவிதைகள் எழுதப்படுகின்றன. $E = mc^2$ கவிதையை அந்தக் கட்டத்தின் உச்சமான கவிதை எனக் கூறலாம். இதற்குப் பின்னால் இதே தடத்தின் தொடர்ச்சியாகவே கட்டற்ற, சுதந்திரமான மனநிலை கொண்ட தத்துவத் தேடலில் ஈடுபடுகிறார். இந்தத் தேடல் ஜே. கிருஷ்ணமூர்த்தியின் பாதிப்பால் நிக்ழந்திருக்கலாம் என்பது என்னுடைய யூகம். இப்படியான ஒரு கட்டத்திற்குப் போகிறார். நான்காவது கட்டத்தில் இதுவரைக்கும் அவர் முன்னேறி வந்த மூன்று கட்டங்களையும் மறுதலிப்பது மாதிரியான, வெறுமனே புகார் சொல்வதும் அவதூறுகளைக் கொட்டுவதுமான மன நிலையைக் காட்டும் கவிதைகளுக்கு வந்து சேர்கிறார். இதை நாம் எப்படி விளங்கிக்கொள்வது?

ஒரு மகத்தான கவிஞனின் உருவாக்கத்தில் எவ்வளவு சேதத்தை உருவாக்க முடியுமோ, எவ்வளவு சேதத்தைச் செலுத்த முடியுமோ, அவ்வளவு சேதத்தையும் தமிழ்ச்சூழல் பிரமிள் மீது செலுத்திக்கொண்டிருந்தது. இதைவிட வேறு காரணங்களைக் கூறத் தோன்றவில்லை.இன்னுமொன்று, அவர் தனக்குத் தானே தேர்ந்தெடுத்துக்கொண்ட வாழ்முறை.

நான் சொல்வது லௌகீக வாழ்க்கையை மட்டுமில்லை.இந்த வாழ்முறை கசப்பைத் தவிர வேறு எதையாவது அவருக்குக் கொடுத்திருக்குமா? இந்தக் கசப்பை பிரமிளின் ஒட்டுமொத்தக் கவிதையுலகத்திலும் பார்க்க முடியும். பின்பு, அவர் வியந்து நின்றுபாராட்டுகிற ஒரு கணம்கூட இல்லை; இந்த மகத்தான கலைஞன் மீண்டும் மீண்டும் தரையோடு மோதி, சோப்புக் குமிழ்போல வெடித்துக்கொண்டே இருந்ததைப் பார்க்கிறேன். இதுதான் பிரமிளின் கவியுலகத்தின் துக்கம். ஆனால் அதை அவர் துக்கமாக முன்வைக்கவில்லை; கோபமாக முன்வைத்தார். அவருடைய கவிதைகளில் இருக்கக்கூடிய முன்னிலைகள், 'நீ' என்று சொல்கிற முன்னிலைகளில் எங்கெல்லாம் வருகிறதோ, அவையெல்லாம் வசவாகவே முன்நிற்கிறது.

வசவு என்பது கவிஞனின் சீற்றமாக இருக்கிறதா?

சில நேரங்களில் கவிஞனுடைய சீற்றமாய் இருக்கிறது. 'பாரதிக்கு எழுதிய பகிரங்கக் கடிதம்' என்ற கவிதை இருக்கிறதல்லவா, அது சீற்றமாய் இருக்கிறது. ஆனால் பல சமயங்களில் சீற்றமாய்த் தெரிவதில்லை, கோபம்; சரியாகச் சொல்வதென்றால் குரோதம். அப்படித்தான் இருக்கிறது.

> ஆருமற்ற சூனியமாய்
> தளமற்ற பெருவெளியாய்
> கூரையற்று நிற்பது என்
> இல்!

என்று தொடக்ககாலக் கவிதையிலேயே சொன்ன கவிமனம், இங்கே ஒருத்தர் கரன்சி நோட்டையே எண்ணிக்கொண்டிருக்கிறார் என்று பொருமலுடன் சொல்கிறது. அந்த மனப்பாங்கு பிரமிளிடம் எப்போதுமே இருந்துகொண்டிருக்கிறது.

ஆனால் பிரமிளினுடைய தனித்துவமான, அவரால் மட்டுமே உருவாக்க முடியும் என எண்ணக்கக்கூடிய பலப்பல வரிகள் இருக்கின்றன. உதாரணமாக 'உன் பெயர்' கவிதையில் முழுக்க முழுக்க நவீன வடிவத்தைக் காணமுடியும். அவரே உருவாக்கின தளத்தில் நிற்பதைப் பார்க்கலாம். 'திமிங்கிலம் பிடிக்கக் / கப்பலேறி / கடல்நீரில் குழிபறித்தேன்' என்ற வரி. எவ்வளவு பெரிய சர்ரியலிஸ ஓவியம். இல்லையா? 'திசையெங்கும் ஒரே ஒரு மலர் பூக்கும் பேரொலி' என்று வரும் கவிதைவரி. அந்தப் பேரொலியை என்னால் கேட்க முடிகிறது. அவ்வளவு

கனமான விஷயங்களைக் கொண்ட கவிதைகளை பிரமிளிடம் பார்க்கிறோம்! சரியா?

சரிதான். இந்தக் கவிதைகள் போன்று குறிப்பிட்ட சூழலில் அல்லாத விரிந்த சூழலில் சொல்லப்பட்ட கவிதைகளே அதிகம் என்று நம்புகிறேன். அந்தக் கவிதைகளை வைத்துத்தான் ஒரு கவிஞனுடைய ஆதாரமான இயல்பை நிர்ணயிக்க முடியும் என்று நினைக்கிறேன். அப்படியான கவிதைகளில் ஒன்றாக 'ராமன் இழந்த சூர்ப்பநகை' கவிதை எப்போதும் என் ஞாபகத்தில் இருக்கிறது. நல்ல கவிதை இல்லையா?

பின்னே, நிச்சயமாக நல்ல கவிதைகளில் ஒன்று.

சுகுமாரன்:

> இருளின்நிற (முகக்)கதுப்பில்
> தணல்கள் சிரித்தன
> அவள் ராக்ஷசப் பாறைகள்
> பாகாய் உருகின

என்று முதல் நாலு வரிகளிலேயே கவிதை தன் மையத்தை அடைந்துவிடுகிறது.மொழியின் செறிவு புலப்பட்டு விடுகிறது. காட்சியின் இயக்கம் தெளிவாகிவிடுகிறது. இராமாயணக் காட்சியை மிக நேர்த்தியாக நவீனப்படுத்திய ஒன்றாகவும் அதன் உட்பிரதி சமகாலத்துப் பிரச்சனையை ஒட்டியதாகவும் பார்க்க வைக்கிறது.

நீங்கள் இராமாயணம் என்று சொன்னதால் ஒரு விஷயம் ஞாபகத்துக்கு வருகிறது; மகாபாரதத்தின் பாதிப்புக்குள்ளாகாத ஒரு கவிஞனை, ஒரு கதைஞனைத் தமிழ்ச்சூழலில் பார்க்க முடியாது. ஆனால் பிரமிளிடம் 'குருக்ஷேத்திரம்' கவிதையில் பகடியாக மட்டுமே மகாபாரதம் வருகிறது. திரும்பத்திரும்ப இராமாயணத்தைத்தான் கவிதைகளில் உள்ளே இழுக்கிறார். எனக்கு என்ன தோன்றுகிறதென்றால், நிறுவப்பட்ட அல்லது சொல்லப்பட்ட அறம் இருக்கிறதல்லவா, அதன்மேல் அவருக்கு மிகப்பெரிய புகார் இருக்கிறது. அதனாலேதான் இராமாயணத்தை மீண்டும்மீண்டும் உள்ளிழுத்துச் சோதித்துப் பார்க்கிறார் என்று தோன்றுகிறது.

'ராமன் இழந்த சூர்ப்பநகை'யை ஆரம்பகாலங்களில் எழுதப் பட்ட பெண்ணியக் கவிதைகளில் ஒன்று என்றுகூட நினைத்திருக் கிறேன்; அப்படி எழுதியுமிருக்கிறேன். ஏனென்றால் அக்கவிதை

சூர்ப்பநகையின் பார்வையில் சொல்லப்படுகிறது. மானுடப் பெண்ணின் வேட்கையைச் சொல்கிறது. அந்த மனநிலையைத்தான் வாசகனிடம் கையளிக்கிறது. ராமன் மீது புனையப்பட்ட தெய்வீக ஒப்பனையைக் கலைத்துப் போடுகிறது. இறுதியில் 'அவனோ, த்சொ! / கடவுள்' என்ற மானிடச் சலிப்புடன் அல்லது கேலியுடன் கவிதை முடிவடைகிறது.

பிரமிள் எழுதியவற்றில் ராமாயணம் பற்றி இரண்டு கவிதைகள் இருக்கின்றன. ஒன்று நீங்கள் குறிப்பிட்டது. இன்னொன்று 'நிகழ மறுத்த அற்புதம்'.

> பொய்யின் கூன் முதுகில்
> விட்டெறிந்த மண்ணுருண்டை
> மோதிச் சிதறிற்று
> பட்டாபிஷேகம்

என்று தொடங்குகிற கவிதை நீங்கள் ஏற்கனவே சொன்ன கவிதை மாதிரி ஆரம்ப வரிகளிலேயே விஷயத்தை முன்வைத்து விடுகிறது.

தொடக்கம் மட்டுமல்ல. இரண்டு கவிதைகளும் ஒரே மாதிரியான முடிவையும் கொண்டவை. ராமனின் அவதார மகிமையை இல்லாமல் ஆக்குகிற முடிவு. / இடறிய கால்விரலில் / ஒரு துளி ரத்தம் / கால் விரல் வலித்தது / கருணை கலைந்தது. / த்ச என்றான் / மனிதன் ராமன். / வழி நடந்தது / அவதாரம்.

இப்போ நான் குறுக்கிடலாமென்று நினைக்கிறேன். 'நிகழ மறுத்த அற்புதம்' என்ற இந்தத் தலைப்பு தமிழில் பலரையும் கவர்ந்திருக்கிறது. திலீப்குமார் இதே தலைப்பில் ஒரு சிறுகதை எழுதியிருக்கிறார். *காலச்சுவடில்* வெளிவந்த ஒரு தலையங்கம் அல்லது அரசியல் கட்டுரைக்கு இந்தத் தலைப்பு வைக்கப் பட்டிருந்தது என்று ஞாபகம். சரி, நாம் பிரமிள் கவிதைகளின் வேறு அம்சங்களை நோக்கி நகரலாம். அவருடைய கவிதைகளில் பொதுவான சில குணங்கள் இருக்கின்றன என்று நினைக்கிறேன். அவையெல்லாம் அவருடைய கவித்துவ தரிசனத்தின் அடிப்படை களைச் சார்ந்தவையாகவும் இருக்கின்றன. பிரபஞ்ச இருப்பு, வெளி, ஒளி, இருள் என்றெல்லாம் . . .

ஆமாம். அப்படிப் பயணம் செய்கிற கவிதைகள் நிறையவே இருக்கின்றன. பிரமிளின் இன்னொரு பொதுமையான குணம், ஒளியைப் பற்றிப் பேசிக்கொண்டே இருக்கிறார். வஸ்துகள்

தன்னிருப்புக் கொண்டவை அல்ல; ஒளியின் அலகுகள்தான். இப்படியான ஒரு பார்வை அவரிடம்இருப்பதாகவே பார்க்கிறேன். மீண்டும்மீண்டும் ஒளியை வேறுவேறு விதமாகப் பேசுகிறார். பிரமிளின் மொத்தக் கருப்பொருளுமே ஒளிக்கும் இருளுக்குமான சம்வாதம் என்று சொல்லிவிடலாம். ஒளியை ஞானத்தினுடைய, விவேகத்தினுடைய அல்லது ஏதோ ஒன்றை ஞாபகப்படுத்தக் கூடியதாக அவர் சொல்வதில்லை. அவை ஞாபகப்படுத்தக் கூடிய வரிகள் அல்ல. அவை ஒளி; ஒளி மட்டுமே.அதைத்தான் பிரமிள் திரும்பத்திரும்பச் சொல்கிறார். மாபெரும் காட்சித் திரையாகத்தான் மொத்த உலகத்தையுமே அவர் பார்க்கிறார். அந்தத் தளத்துக்குப் போனதால்தான் காலத்தை இடமாகப் பார்க்கக்கூடிய ஆளாக மாறுகிறார்; உலகத்தை ஒளியாகப் பார்க்கிற ஆளாக மாறுகிறார். இது நவீன அறிவியல் கட்டமைக்கக்கூடிய கருதுகோள்களுக்கு அண்மையில் இருக்கிறது.

பிரமிள் கவிதைகளை நான்கு வகைப்பாட்டில் பார்க்க விரும்பு கிறேன். முதலாவதாக ஒரு மரபுரீதியான ஆன்மீகத் தேடல் சார்ந்த கவிதைகள். இரண்டாவது அறிவியல் நோக்கிலிருந்து வெளிப்படும் 'கண்ணாடியுள்ளிருந்து' போன்ற கவிதைகள். மூன்றாவது ஜே. கிருஷ்ணமூர்த்தியின் பாதிப்பில் எழுதப்பட்டவை என்று நான் அனுமானிக்கிற – மொத்தப் பிரபஞ்சத்தில் சுதந்திரமான இருப்புக் கான சாத்தியங்களைத் தேடும் கவிதைகள், 'காவியம்', 'எல்லை' போன்ற கவிதைகள், அதற்குப் பின் வந்த தடாலடிக் கவிதைகள் – அவருடைய வார்த்தைகளில் சொன்னால் – அதிரடிக் கவிதைகள்; இவை நாலாவது வகை.இதெல்லாமே ஒரு கவிஞனிடம் சாத்தியமா? குறிப்பாக வம்புகளைக் கவிதையாக்குவது கவிஞனின் வேலையா?

தன்னுடைய குரலே கவிதைதான், தன் வெளிப்பாட்டுக்கு உகந்த ஒரே ஊடகம் கவிதைதான் என நம்பக்கூடிய ஒருவன் கவிதையின் பகுதியாகவே மாறிவிடுகிறான். எனவே அவனுடைய மனச்சிக்கல்கள் எல்லாமுமே இந்த மொழியில் வெளிப்படுவதில் நியாயம் இருக்கிறது என்றே தோன்றுகிறது. நான் அந்த அபிப்பிராயங்களோடு, கருத்துகளோடு ஒத்துப்போகிறேனா என்றால் ஒத்துப்போக மாட்டேன். அவையெல்லாம் கவிதை களாக இருக்கின்றனவா என்றால், இல்லை என்றே சொல்வேன். ஆனால் அது அந்தக் கவிஞனுடைய சுதந்திரம் சார்ந்ததுதானே.

அவருடைய வாழ்வில் நட்புகள் இருந்திருக்கின்றன. ஆனால் பல நட்புகள் முறிவிலேயே இருந்திருக்கின்றன. அவருடைய எந்த

நட்புமே இறுதிவரை தொடர்ந்ததாக இல்லை. அவரைப் பாதிக்கக் கூடிய நட்புகள் அல்லது அவரால் பாதிக்கப்பட்ட நட்புகள் என இறுதிவரைக்குமே தொடர்ந்தது. அதையும் பின்பு வன்மமாகவே வெளிப்படுத்துகிறார். "ஒளிக்கு நடுவிலே இருக்கக்கூடிய இருள் நான்" எனச் சொல்லக்கூடிய கவிஞன், இவ்வளவு கீழிறங்கிப் போய்த் தன் வன்மத்தைக் கொட்டக் கவிதையைப் பயன்படுத்த வேண்டுமா? இது கவிதையின் பிரச்சினை அல்லதானே?

ஆமாம். ஆனால் பிரமிள் தன்னை ஒரு வடிவத்தோடு ஐக்கியப் படுத்திக் கொண்டிருக்கிறார். அவரை எப்படி நீங்கள் புகார் சொல்ல முடியும்? அவரின் கவிதைகளில் 'அதர்' (Other) என்று சொன்னோம் இல்லையா? முன்னிலை. அந்த முன்னிலை எதனோடும் அவருக்குச் சுமுகம் கிடையாது. இது அவருடைய தனி வாழ்வின் பிரதிபலிப்பா? இல்லை, அவருடைய கவி மனம் உற்பத்தி செய்த வேகம் இருக்கிறதே – அதனுடைய விளைவா என்ற கேள்விக்கு நாம் எப்படிப் பதில் சொல்ல முடியும்? இது ஒன்று.

இன்னொன்று, தன்பால் முன்னிலையுடன் மட்டுமல்ல; அதாவது ஆண்களுடன் மட்டுமல்ல, பெண்களுடனும் அவருக்குச் சுமுக மான மனநிலை வாய்ப்பதில்லை. இதைச் சொல்வதற்குச் சங்கடமாக இருக்கிறது. அவர் கவிதைகளில் வரக்கூடிய பெண் பிரதிநிதிகள் எல்லோருமே வெறும் சதைப் பிண்டங்களாகவே கண்ணுக்குத் தெரிகிறார்கள். சதைவேகத்தின் பேச்சுகளில் உச்சபட்ச மின்துடிப்பு இருக்கிறது; ஆனால் காதலின் பரிதவிப்பு இல்லை; ஏக்கம் இல்லை. இதை அவருடைய ஆளுமையின் ஒரு பகுதியாகவே காண்கிறேன். விசேஷமான உட்பிரதியில்லாத காதல் கவிதைகளைக்கூட அவர் எழுதிப் பார்த்திருக்கிறார். அந்தக் கவிதைகளிலும் அவரின் குரலும் தொனியும் ஓங்கி இருக்கின்றன. தசைத் துடிப்பை உச்சத்திற்கு எடுத்துச் செல்லக் கூடிய கவிமனம்தான் அவற்றில் இருக்கிறது. விரல் தீண்டாத புனிதம் காக்கும் அமரக் காதல் அவரின் கவிப்பரப்பில் எங்குமே கிடையாது.

இல்லை, இந்த அனுமானத்தை முழுக்க ஏற்க நான் யோசிக்கிறேன். நீங்கள் இந்தப் பேச்சின் இடையில் குறிப்பிட்ட உன்பெயர், பிறகு முதல் முகத்தின் தங்கைக்கு, பசுந்தரை இவையெல்லாம் இதமான காதல் கவிதைகள் என்றுதான் இதுவரைக்கும் நினைத்திருந்தேன். நீங்கள் சொன்னதை வைத்துப் பார்த்தால் அப்படியில்லையோ என்று சந்தேகம் எழுகிறது. மீண்டும் வாசித்துப் பார்க்க வேண்டும்.

பெண்ணை முன்னிலைப்படுத்தி எழுதிய வேறு கவிதைகளில் பெண்ணை விடாய் தீர்க்கும் உபகரணமாகத்தான் அவர் சொல்கிறார் என்ற எண்ணமும் வருகிறது. 'தாசி' என்ற கவிதை நினைவுக்கு வருகிறது.

குங்குமம் கூந்தலில் மலர்
குலக்கொடி நான்
ஆனால் இது
பசிக் கொடுமையில் என்றாய்
எனவே நான்
பேரம் பேசவில்லை

என்று தொடங்குகிறது கவிதை. 'எனது இன்பம் உனதுதரத்துள் எரிகற் தாரையாய் சீறி விழுந்தது' என்று தன்னுடைய சுகத்தைப் பற்றியே சிலாகித்துத் தொடர்கிறது. 'விழித்தெழுந்தபோது உன் கண்களில் ஒரு மலட்டுத்தனம். குற்றத்தை உணராத மனப்பாசி' என்று எதிர்த்தரப்பைக் குற்றம் சாட்டுகிறது. சரீரத்தைத் தொழில் கருவியாக நினைப்பவளுக்கு ஏன் குற்ற உணர்ச்சி வரவேண்டும்? அந்த மறுதரப்பு நியாயத்தைப் பொருட்படுத்தாமல் 'நேற்றிரவு பேரம் பேசியிருக்கலாம்' என்று கவிதை முடிகிறது. காதலையோ உடற்கலப்பின் இந்திரிய விழிப்பையோ அல்ல வெறும் மோகத்தை மட்டுமே கவிதை பேசுகிறது என்று எடுத்துக்கொள்ளலாமா?

மோகம், மோகம்தான் ஒரு விஷயமாய் இருந்திருக்கிறது. தாபம் அல்ல.

இதில் திட்டமான அபிப்பிராயத்துக்கு வர நாம் மறுபடியும் பிரமிளை வாசிக்க வேண்டும் என்ற கட்டாயம் ஏற்படுகிறது. சரி, வேறு விஷயங்களைத் தொடரலாம்.

நீங்கள் ஜே. கிருஷ்ணமூர்த்தி பாதிப்புப் பற்றிச் சொன்னீர்கள் இல்லையா? அதையே தொடரலாம். கிருஷ்ணமூர்த்தியின் கருத்துகளில் அப்சர்வர், அப்சர்வ்ட், அப்சர்வேஷன் என்ற மூன்று நிலைகளைப் பற்றிச் சொல்கிறார். இந்த மூன்றுமே கிருஷ்ணமூர்த்தியிடம் மீண்டும்மீண்டும் வெளிப்பட்டுக் கொண்டிருக்கும். இவை மூன்றும் பூரணமாகப் பதிவாகியிருக்கும் பிரமிளின் கவிதை 'வண்ணத்துப்பூச்சியும் கடலும்.' அது மிகச் சிறந்த கவிதை. கிருஷ்ணமூர்த்தி கோட்பாடாகச் சொல்கின்ற ஒன்றைக் கவித்துவமாக விரித்துக் காண்பித்திருக்கிறார். அது மிகமிக முக்கியமான ஒன்று. அதேபோல 'தவம்' என்ற கவிதை. அதில் கவிதையின் உருவம் இல்லை. உருவமல்ல

கவிதையின் இருப்புக்குத் தடயம் என்று நிரூபித்து இருக்கிறார். அது உரைநடையாக எழுதப்பட்டதுதான். அதில் உச்சபட்ச கவித்துவம் உள்ளே கொட்டியிருக்கிறது. இன்னொரு கவிதையும் இருக்கிறது. 'மண்டபம்' என்ற கவிதை; தமிழின் மிகச் சிறந்த ஃபாண்டஸி கவிதை அது.

முதலில் ஓர் ஆன்மீகவாதியின்தனித்த மனநிலை, பின்னர் அறிவியல்வாதியின் பொதுமை. இந்த இரண்டையும் பிணைக்கும் அபாரமான கவித்துவம். இப்படியான ஒரு கவிஞர் அதிரடியான கவிதைகளை, சமயங்களில் கவித்துவ கணமோ கவித்துவ கனமோ இல்லாத கவிதைகளுக்கு எப்படிப் போக முடிந்தது?

நண்பர் ஒருவரிடம் பேசிக்கொண்டிருந்தபோது ஒரு பரவசத்தில் 'பிரமிள் தமிழ்க் கவிதைகளில் விஸ்வரூபி, அவரின் பிரபஞ்சப் பார்வை அவருடைய விஸ்வரூபத்தைக் காண்பிக்கக் கூடியதாகவே இருக்கிறது' என்றேன். அதற்கு நண்பர் சொன்னார்: "விஸ்வரூபம் எடுக்கும்போது பூமிப்பரப்பிலுள்ள விஷயங்கள் சிறியனவாய்த் தெரியலாம், ஆனால் எதற்கு அற்பமாய்த் தெரிய வேண்டும்?" எனக்கு பதில் சொல்லத் தெரியவில்லை. ஆனால் அந்தக் கேள்வியையும் கணக்கிலெடுத்தே நாம் பேச வேண்டும். அது பார்வையில் நேர்ந்த பலவீனம் என்றே சொல்வேன்.

அதற்குப் பொருந்தக்கூடிய வரிகளை அவரே எழுதியிருக்கிறார். 'தூரத்துச் செம்பாறை சமீபத்திற்குக் களிமண்ணாயிற்று.'

நீங்கள் இடையில் பிற்காலக் கவிதைகளில் தமிழ்த்தன்மை, தமிழ்த் தேசியம் இதெல்லாம் இடம் பெற்றது என்று சொன்னீர்கள் இல்லையா? பிரமிளின் கவிதைகளில் அப்படியொரு குரல் பதிவு பெற்று ஒலிப்பதாக நான் எண்ணவில்லை. ஈழத்தில் நடந்த/ நடக்கிற பெருந்துயர் சம்பந்தமான வேதனையைப் பதிவு செய்வதாகவே அவர் வரிகள் இருக்கின்றன. ஆனால் அதிலும்கூட இவருடைய தனித்துவமான ஆகிருதி இல்லை. துக்கத்தை, போரின் வலியைத் தன்னுடைய மொழியில் அழுத்தமாகக் கூறியிருக்கிறார் என்பதைத் தாண்டி . . .

இல்லை, 'கடல் நடுவே ஒரு களம், உதிர நதி' போன்ற கவிதைகள் அவருடைய ஆகிருதி வெளிப்படும் கவிதைகள்தாம். 'கடலைத் தாண்டிக் கேட்கிறது வீறிட்ட சிசுக் குரல், காப்புடைந்த பெண்ணின் கதறல் / கனன்றெரியும் வீட்டின் குமுறல் /' என்று ஆவேசமாகவும் தீவிரமாகவும் வெளிப்படும் வரிகளில் பிரமிள் நிச்சயம் தென்படவே செய்கிறார்.

புத்தரின் பிக்ஷா / பாத்திரத்துக்குள்ளிருந்து / புறப்படுகின்றன / கவச வாகனங்கள் என்ற வரிகளையெல்லாம் பார்க்கிறோம். ஆனால் இந்தக் கவிதைகளில் அவருக்கேயுரிய பார்வைக்கூர்மை இருக்கிறதா எனக் கேட்டால் இல்லை என்றே சொல்வேன். ஆனால் இப்படியே அறுதியாகச் சொல்லிவிட முடியுமென்றும் தோன்றவில்லை. ஏனெனில் பிரமிளின் கடைசிக் கட்டக் கவிதைகளில் இரண்டை எடுத்துச் சொல்லத் தோன்றுகிறது. 'இயங்கியல்', 'பிலம்' ஆகிய இரு கவிதைகள். இவற்றில் தனிமனித விரோதம் இல்லாத பிரபஞ்சப் பார்வை திரும்ப வந்து சேர்ந்துவிடுகிறது. அவ்விரு கவிதைகளையும் "உச்ச காலகட்டம்" எனச் சொல்வீர்களில்லையா, அக்காலகட்டத்தில் பொருத்திப் பார்க்க வேண்டிய அவசியம் இருக்கிறது. அந்தக் கவிதைகள் அதிகம் பேசப்படாமல் போனது தமிழ் நவீனக் கவிதையின் துரதிர்ஷ்டம்.

தமிழ் கவிதைக்குப் பிரமிளின் பங்கு என எனக்குத் தோன்றக்கூடிய சிறப்பான *(unique)* விஷயங்கள் இரண்டு. அவர் கவிதைகள்தாம் காலத்தைப் பற்றிய உரையாடலைத் தொடர்ந்து முன்வைத்தன. அது ஒன்று. இரண்டாவது அறிவியல்பூர்வமான விஷயங்களைக் கவிதைக்குள் கொண்டு வந்தன. காலாதீதம் என்ற சொல்லைத் தமிழ் நவீன கவிதைக்கு வழங்கின பெருமை பிரமிளுக்கு உண்டு. அவர் கொடுத்த வார்த்தையைத் துஷ்பிரயோகம் செய்த பெருமை எல்லாத் தமிழ்க் கவிஞர்களுக்கும் உண்டு. பிரமிள் காலத்தை என்னவாய்ப் பார்க்கிறார் என்கிற கேள்விக்குப் பதிலைப் பின்னர் தன் கவிதையில் வெளிப்படுத்துகிறார். காலம் என்பது பௌதீகமான காலமா அல்லது மனம் சார்ந்த காலமா என்கிற கேள்வி வருகிறது. இதை நாம் எப்படி வகைப்படுத்திக் கவிதைக்குள் கொண்டுவர முடியும்? ஏனென்றால் இரண்டு வகையான காலங்களையும் அவர் குறிப்பிடுகிறார்.

பிரமிள் காலம் என்கிற இடத்திலெல்லாம் காலத்தையே சொல்லுகிறார்; நேரத்தைக் காலமாகக் குறிப்பிடவில்லை. நேரத்தைச் சொல்லும் இடத்தில் வேளை என்கிற வார்த்தையையே பிரயோகிக்கிறார். நேரம் என்கிற சொல்லே பிரமிளின் மொத்தக் கவிப்பரப்பில் கிடையாது.

இல்லை. அவர் காலத்தை இரண்டாகவுமே பார்க்கிறார். அறிவியல் சார்பாகவும் தத்துவம் சார்பாகவும் பார்க்கிறார்.

ஆமாம். காலம் என்பதை அகநிலையாகவும் அனுபவ நிலையாகவும் பிரமிள் அணுகுகிறார். பின்பான பகடிக் கவிதையில்

எழுதுகிறார். "காலத்தைப் பற்றி மூர்த்திகள் இரண்டு ஆரவார மாய்க் கருத்து பரிமாறிக் கொண்டன. காலண்டர் எனக்கெதற்கு என்றான் பிச்சு காலண்டர் தானெதற்கு என்றான் கிச்சு." பிச்சு, கிச்சு என்கிற வார்த்தைகள் பகடியாகவே பயன்படுத்தப் பட்டிருக்கின்றன.

ந. பிச்சமூர்த்தியையும் ஜே. கிருஷ்ணமூர்த்தியையும் குறிப்பிடுகிறார் என்று நமக்குத் தெரிகிறதே!

ஆனால் பிச்சு, கிச்சு என்கிற வார்த்தைகள் இல்லாமலேயே இந்த வார்த்தைகளின் உட்குரலை நாம் கேட்க முடியும்.

அப்புறம், பெண்கள் பற்றி முன்பு பேசிக்கொண்டிருந்தோம். பெண்களை வெறும் மோகத்துக்குரிய பண்டங்களாக மட்டுமே பிரமிள் பார்த்திருக்கிறார் என்று பேசினோம். சரியாகவோ குதர்க்கமாகவோ சொல்வதானால் அதைத் தமிழ்ச் சங்க மரபின் தொடர்ச்சி என்றுதான் எடுத்துக்கொள்ள வேண்டியிருக்கும். ஏனென்றால் சங்ககாலக் கவிதைகளில் காதல் என்பது சொல்லப் படவில்லை. சொல்லப்பட்டிருந்தாலும் இரண்டாம் நிலையி லேயே சொல்லப்படுகிறது. முதலில் மோகம்தான் சொல்லப் படுகிறது. உடல்சாராத காதல் என்ற புனிதத்துவத்துடன் சங்க இலக்கியங்களில் எங்காவது ஒரு வரி உண்டா எனத் தெரிய வில்லை. அந்த வகையில் பார்த்தால் பிரமிளைச் சங்க காலத் தமிழ் மரபின் நீட்சியென்று சொல்லலாம்.

பிரமிள் பற்றி எனக்கு ஒரு கேள்வி இருக்கிறது. படிமங்களின் தொகுப்பாக அவர் உருவாக்கின பல கவிதைகள் இருக்கின்றன. ஒரே படிமத்தை முழுக்க விஸ்தரித்து எழுதிய கவிதைகள் இருக்கின்றன. நாம் ஏற்கனவே பேசிய 'காவியம்' கவிதை. அதில் நான்கு வரிகளில் முழுமையான ஒரு படிமம் இருக்கிறது. அவ்வரிகளில் எளிமை இருக்கிறது. அழகு இருக்கிறது. சாந்தம் இருக்கிறது. இம்மாதிரியான கவிதைகளை எழுதியதின் பின்னர் எப்படி சிடுக்கான கவிதைகளுக்குப் போக முடிந்தது என்கிற ஆச்சரியம் எனக்கு இருக்கிறது. இந்த ருசியைக் கைப்பற்றியதன் பிறகு, இதன் வழியாக வேறொரு இடத்திற்கு நகரவேண்டுமென பிரமிளுக்குத் தோன்றவில்லையா? முயற்சித்தார் எனத் தோன்றுகிறதா?

பிரமிளுடைய ஆளுமை அல்லது கவிதை ஆளுமை என்பது சிடுக்கானது. அது எப்பவாவது தளர்ந்திருக்கக்கூடிய ஒரு கணத்தில் தான் 'காவியம்' மாதிரியான கவிதைகள் உருவாகின்றன.

இன்னொன்று 'எல்லை' என்ற கவிதை. அக்கவிதையில் பெரிய சிக்கல்கள் எதுவும் இல்லை; சிடுக்குகளும் கிடையாது. அப்படியான தொரு மனோநிலை தொடர்ந்து பிரமிளுக்கு இருக்கவில்லை என்று யூகிக்க வேண்டியிருக்கிறது.

முன்பு கேட்ட கேள்விகள்தான். நாற்பது ஐம்பது வருடங்களாக தமிழ்க் கவிதைகளில் செயல்பட்டுக்கொண்டிருந்த கவிஞர், அக்கறையாக வாசிக்கப்பட்டதற்கான தடயங்கள் அதாவது எழுத்துப்பூர்வமான தடயங்கள் அதிகமாக இல்லாதது ஏன்?

அவர் இருந்தகாலத்திலும் அவருடைய கவிதைகளை எவரும் விமர்சனத்துக்குட்படுத்தி விரிவாய்ப் பேசினதெல்லாம் கிடையாது. மாறாக அவருக்கு நேர் எதிர்முகாமென அவராலேயே சொல்லப்பட்ட இரண்டு இடங்களில்தான் பேசியிருக்கிறார்கள். '$E = mc^2$' கவிதையைச் சிற்பி அந்த மாதத்தின் சிறந்த கவிதையாகத் தேர்வு செய்து அதைப் பற்றிக் கட்டுரையும் எழுதியிருந்தார். அக் கவிதை தேர்ந்தெடுக்கப்பட்டமைக்கு தி.க.சி. கடும் விமர்சனம் தெரிவித்தார் என்று பிரமிளே தன் கவிதையில் பதிவு செய்கிறார். இன்னொன்று கோவை ஞானி 'தர்மு சிவராம் கவிதைகளில் நெடும் பயணம்' என்று நீண்ட கட்டுரை எழுதினார். அந்த விமர்சனம் *யாத்ரா* இதழில் வெளிவந்தது. கட்டுரை வெளிவந்ததற்கு அடுத்த இதழ் *யாத்ரா*வில் 'தடுக்கி விழுந்த நெடும் பயணம்' என ஞானியின் கருத்தை முற்றிலும் மறுத்து தர்மு சிவராமு எழுதி யிருந்தார். அப்படியென்றால் தன் கவிதைகளுக்கு விமர்சன ரீதியான மதிப்பீடுகள் தேவையில்லையென அவர் நினைத்ததாக எடுத்துக்கொள்ளலாமா?

இன்னொரு முறை சொல்லுங்கள்.

ஒரு கவிஞனாகத் தனக்கு விமர்சன ரீதியிலான மதிப்பீடுகள் தேவை யில்லையென அவர் நினைத்ததாக நாம் எடுத்துக்கொள்ளலாமா?

நான் அப்படி எண்ணவில்லை; நீங்கள் குறிப்பிட்ட இருவருமே இடதுசாரிப் பார்வையுள்ளவர்கள். இதுகுறித்து இன்னொரு கட்டுரை ஞாபகத்திற்கு வருகிறது. பிரமிள் கவிதைகள் பற்றி எஸ். கார்லோஸ் என்ற பெயரில் தமிழவன் எழுதிய நீண்ட கட்டுரையொன்று *பிரக்ஞை* இதழில் வெளிவந்தது. மாயகோவ்ஸ்கி கவிதையிலிருந்து களவாடினார்; டி.எஸ். இலியட்டிடமிருந்து அபகரித்தார் என்று குற்றம் சாட்டிய கட்டுரை. உங்களுக்கு ஞாபகமிருக்கிறதா?

121

நன்றாக ஞாபகமிருக்கிறது. அதை விமர்சனப் பார்வை என்றோ கட்டுரை என்றோ மதிப்பிட முடியுமா என்று எனக்குச் சந்தேகமும் இருக்கிறது. வெளியான அன்றும், வெறும் அவதூறு என்று நிரூபணமாகிவிட்ட இன்றும் அந்தச் சந்தேகம் இருக்கிறது.

அது ஒரு நீண்ட கட்டுரை. அந்தக் கட்டுரைக்கு பிரமிள் எங்குமே பதில் சொன்னதாகத் தெரியவில்லை.

இல்லை, ஒரு கவிஞனாக அதற்குப் பதில் சொல்லக் கடமைப்பட்டவர் அல்ல. ஏனென்றால், பிரமிளின் கவி உலகத்தை முற்றிலுமாகப் புரிந்துகொள்ளாமல் சில வரிகளையும் சில படிமங்களையும் மட்டும் வைத்துக்கொண்டு இது மாயகோவ்ஸ்கியிடமிருந்து எடுத்துக்கொண்டது, இது நெரூதாவிடமிருந்து திருடியது, இது இலியட்டிடமிருந்து மொழிபெயர்த்துச் சேர்த்தது என்று பட்டியலை முன்வைத்ததன் வாயிலாக பிரமிளின் கவிதைகளை மதிப்பிட்டுவிட முடியுமா எனத் தெரியவில்லை; கவிதை என்பது மொத்தமான எல்லாமே கலந்து வருகிற மனநிலைதான்.

அதைத்தான் சொல்ல வந்தேன். சிற்பி, ஞானி கருத்துக்களை இடதுசாரிச் சித்தாந்த நிலைபாட்டிலிருந்து வெளிவந்த எதிர்வினையாகப் பிரமிள் எடுத்துக்கொண்டார். எனவே அவர்களைப் பொருட்படுத்திப் பதில் கூறினார். அப்படியல்லாத கட்டுரைகளுக்குப் பதில் கூற வேண்டிய அவசியமில்லை என்று பிரமிள் எண்ணியிருக்கலாம். இது அவருடைய ஆளுமையோடு பொருந்தி வரக்கூடிய அம்சம் என்றே எண்ணுகிறேன்.

ஆனாலும் பிரமிளின் கவிதைகளைப் பற்றி உடன்பாடான நிலையில்கூட விரிவான கட்டுரைகள் எதுவும் வெளிவரவில்லையே, பிரமிளுக்கு இன்றைக்கு கொடுக்கப்பட்ட இடத்திற்கு நியாயம் செய்யக்கூடிய வகையிலான மதிப்பீடுகள் உருவாக்கப்பட்டனவா என்பதே என் கேள்வி?

பிரமிள் ஒரு மிரட்சியை, பெரிய பயத்தை உருவாக்கியிருந்தவர் என்றே எண்ணுகிறேன். முதற்கட்ட வாசகர் அல்லது தேர்ந்த வாசகரென நம்பிக்கொள்பவர்கள்கூட அவரைச் சுதந்திரமாக அணுகிவிட முடியாது. பிரமிள் என்கிற நபரைப் பற்றிச் சொல்லவில்லை. பிரமிளின் கவிதைகளைப் பற்றித்தான் சொல்கிறேன். பிரமிள் கவிதைகளில் இருக்கும் அகண்டாகாரமும் ஓங்கின குரலும் அவர் மீது மிரட்சியை உண்டு பண்ணவே செய்யும். அவர் தொடர்பாக நிலவியது "கள்ள மௌனம்" என்றே எண்ணுகிறேன், அவருடைய கவிதைகளுக்கு முறையான

எதிர்வினைகள் உருவாகாமலிருந்தது திட்டமிட்ட மௌனமும் கூட. பிரமிளுக்கு எதிர்வினைகள் அதிகம் வராமலிருந்தது புறக்கணிப்பால் அல்ல, பயத்தால். ஆழ்ந்த பயத்தால்.

பிரமிளின் கவிதைகளில் இருக்கக்கூடிய மெட்டாபிசிக்ஸைப் புரிந்து கொள்ளவும் பூமித் தளத்தைவிட்டு எம்பி உயர்கிற படைப்பாற்றலை விளங்கிக்கொள்ளவும் அந்த வரிகளைக் கிரகித்துக்கொள்ளவும் திறன் வேண்டும்; அதைத் தொகுத்துக் கூறுவதற்குத் திறன் வேண்டும்; அதற்கான உழைப்பு வேண்டும். வாசிப்பு வேண்டும்; கவிதையை மட்டுமே வாசித்து, கவிதைக்குள் செயல்படக்கூடிய மனம் இருக்கிறதில்லையா அது பிரமிளை அணுக முடியாது என்றே தோன்றுகிறது. மற்றபடி, நிர்மாணிக்கப்பட்ட திருவுருவம் இது. நாமும் ஒரு நமஸ்காரத்தை வைத்துவிட்டுப்போவோமே என்கிற மனோபாவமே பரவலாகசெயல்பட்டுக்கொண்டிருப்பதாக எண்ணுகிறேன்.

இது கவிதைக்கு ஊறு விளைவிக்கக் கூடியதல்லவா?

ஆமாம், அநாகரிகம் அது. பிரமிளிடம் வார்த்தைகளுடைய பிரவாகம் இருக்கிறது. சொல் ஒழுக்கில் அபாரமான வேகம் இருக்கிறது. அப்படியென்றால் விரயமான வரிகள், விரயமான வார்த்தைகள் நிறைய இருக்க வேண்டுமல்லவா? ஆனால் அணுவளவும் பிரமிளிடம் இல்லை. நல்ல சொற்சேர்க்கை, சிக்கனம். இவையிரண்டும் ஒரே ஆளிடம் இருக்கிறது.இறுக்கம் இல்லாமலும் ஆற்றொழுக்கான வேகத்துடனும் இருப்பதும் ஆச்சரியத்தையே ஏற்படுத்துகிறது. பிரமிளின் சமகாலத்தில் எழுதியவர்களோடு ஒப்பிட்டோமானால், மற்றவர்களிடம் இந்த அளவுக்குச் செறிவான அடர்த்தியான மொழிப் பிரவாகம் இருந்த தில்லை. சி. மணியினுடைய மொழிப்பரப்பு பிரமிளுடையதைப் போன்று அடர்த்தியான, செறிவான மொழிப்பரப்பு கிடையாது. மிகவும் நேரடியான எளிய மொழிப்பரப்பு. ந. பிச்சமூர்த்தியுடைய மொழிப்பரப்பு மிகவும் எளிமையானது, சரளமானது.

இந்த இரண்டுபேர் கவிதையிலும் தேவையில்லாத வரிகள் இடையிடையே வந்துகொண்டிருக்கும்.

பிரமிளிடம் இந்த எதையும் காண முடியாது. அவருடைய கவிதைகளில் குவிமையம் நோக்கி அம்புகள் பாய்ந்துகொண்டே இருக்கும்; பிரமிளின் மொழியில் சொன்னால் சரக் கூட்டம்.இது ஆச்சரியம். ஆனால் பின்னர் வந்த காலகட்டத்தில் நிறைய மொழிவிரயங்கள் இருக்கின்றன. கவிதையின் குவிமையம்

விலகுகிறது. தன்முனைப்பையும், பொருட்படுத்தவே தேவை யில்லாத நடைமுறைத் தகராறுகளையும் அவர் கவிப்பொருளாக மாற்றிக்கொள்வது ஒரு நகைமுரண்தான்.

தமிழ்ப் புதுக்கவிதையில் நீள்கவிதை அல்லது நெடுங்கவிதை அல்லது குறுங்காவியம் என்கிற வகையில் அதிகமாகச் செய்தவர் அவர்தான். கண்ணாடியுள்ளிருந்து, மேல்நோக்கிய பயணம், கிழக்கு வாசல் - இப்படித் தொடர்ச்சியாக உருவாக்கினார். இந்தக் கவிதைகளைப் பிற கவிதைகளோடு ஒப்பிட்டுப் பார்க்கையில் வீச்சு இருக்கிறதா? பொருள்சார்ந்து தெளிவும் இறுக்கமுமாகக் கட்டமைக்கப்பட்டு இருக்கிறதா என்று யோசிக்கலாம். கண்ணாடி யுள்ளிருந்து கவிதை மிகவும் இறுக்கமான, பல கவிதைகளின் தொகுப்பாக அமைந்திருக்கிறது. மேல்நோக்கிய பயணம் பொது விஷயங்களில் தொடர்ந்து செல்வது. தெற்கு வாசல் - வடக்கு வாசல் கவிதை தெளிவும் செறிவும் கலந்த ஒன்றாய் இருக்கிறது. சிலவேளை பிரமிள் ஒற்றையான கவிதைகள் சொல்லித் தீராதென எண்ணித்தான் குறுங்காவியங்களை எழுதினாரா அல்லது பரிசோதனை முயற்சியாக அவற்றை எழுதிப் பார்த்தாரா என்பதும் யோசிக்க வேண்டியவை

பிரமிளின் பிற நீள்கவிதைகளின் அளவு நீளமாக இல்லா விட்டாலும், 'மண்டபம்' என்ற கவிதை நீள்கவிதைதான். அதில் அவருடைய மனோநிலை, 'மூட்' என நான் நினைக்கும் ஒன்று முழுமையாக வெளிப்படுகிறது. மண்டபம் கவிதை முழுக்கவுமே, ஓர் அமானுஷ்யம் இருந்துகொண்டிருக்கிறது. மண்டபமே அமானுஷ்யமான மண்டபமாக இருக்கிறது. அதன் வரிகள் – மேல் கீழாய்/மண்டபத்தரையில்/எல்லையற்று வெளித்தது/ ஆகாயம்/கீழே/எட்டாத தூரத்தில் நட்சத்திரங்கள்/எட்டாத தூரத்தில்/எல்லையின்மையின்/அசைவற்ற சிறகுகளில்/ வைரத்தூசிகளாய்/கோடானு கோடிப்/பெருவடிவச் சூரியன்கள். ஆகாயம், மண்டபத்தரை இந்த சொற்கள் எனக்குள் நிகழ்த்தக் கூடியது, தரைப்பரப்பிலிருக்கக்கூடிய ஒன்றாயிருக்கிறது. 'நட்சத்திரங்களுக்கு மேலே எட்டாத தூரத்திலிருக்கிறது, நினைவின் பின்பதுங்கி/பரிகசிக்கும்/பெண் சிரிப்பு" அவள் எதைப் பரிகசிக்கிறாள்? தெரியவில்லை. இந்த மண்டபம் எங்கிருக்கிறது? தெரியவில்லை. அவளுடைய குரலின் உளியோசை சுவர்களைச் செதுக்கி நிறுத்துகிறது. "மண்டபச் சுவரெங்கும்/என் நிழல்கள் அடர்ந்து/சிலைகளைப் புணர்ந்தன." "உடலை நெளித்தென்னை/மருவ அழைக்கும்/பெண்மைப் பிரதிகள்/மண்டபமெங்கும் அவள் குரலின் உளியோசை.

அதன் இல்லா முகத்தில் / மௌனம்." இல்லாத முகத்தில் மௌனத்தை எந்தப் பெண்ணிடம் இவர் பார்க்கிறார். இப்படி முற்று முழுதான அமானுஷ்யம். 'வெற்று வெளியில்/ ஒளியின் பிலம் / ஊடுருவிற்று என்னை/ பயங்கரம்/ அக்கணம். பளிங்கின் குளிரினுள் / ஒரு உள்க்குளிர் பெருகி தணலாயிற்று.'

பளிங்குக்குள் குளிர் அதுவே ஜடவஸ்து, அதற்குள் ஒரு குளிர், அதற்குள்ளும் ஒரு உள்க்குளிர் வேறு. நீண்ட கவிதைகள் எல்லாத்திலுமே தர்க்கபூர்வமாக நீட்டிச்செல்கிற கவிதைகள் எல்லாத்திலுமே ஒரு மூட் உருவாக்கப்படுகிறது. அந்த மூட்-இன் பின்னேதான் பிரமிளைப் பார்க்கலாம் என்று தோன்றுகிறது. சரியாகச் சொல்கிறேனா?

சரியாகச் சொன்னீர்கள். நீங்கள் கவிதைகளை வாசித்தபோது, இன்னொரு அவதானிப்பும் என் நினைவில் இருந்தது. சில பெயர்ச்சொற்களை வினைச் சொற்களாக அநாயாசமாகப் பிரமிள் மாற்றுகிறார். அந்தச் செயல்பாடு கவிதையை மேலும் துலக்கமாக்குகிறது.

கொஞ்சம் விளக்கமாகச் சொல்லுங்கள்.

இருங்கள், அந்தக் கவிதைப் பக்கத்தை எடுத்துக்கொள்கிறேன். இதோ, 'முதுமை' என்ற கவிதை. 'காலம் பனித்து விழுந்து கண்களை மறைக்கிறது.' காலம் பனியாக இறங்குகிறது என்றோ பனியாகக் கவிகிறது என்றோ சொல்லாமல் பனித்து விழுகிறது என்று எழுதுகிறார். பனி என்ற பெயர்ச் சொல்லையே வினைச் சொல்லாக மாற்றுகிறார். இந்த மாற்றம் கவிதையோடு இசைந்து போவதால் பொருள் நிரம்பியதாக ஆகிறது. இதே செயலைப் பலரும் பின்னர் செய்து பார்த்திருக்கிறார்கள். பயணம் செய்தல், பயணம் போதல் என்பதைப் பயணித்தல் என்றும் மழை பொழிந்தது என்பதை மழைத்தது என்றும் எழுதியிருக்கிறார்கள். அவையெல்லாம் வார்த்தை ஜாலமாகவே தேங்கிவிட்டன.

பிரமிளின் கவிதை வரிகள் முழுமையான காட்சிகளை உருவாக்குகின்றன. இந்த மாதிரியான வரிகளுக்கருகில் பிரமிளின் நுண்ணுலகம் நோக்கின பார்வை இருக்கிறதல்லவா? அதுதான் அவரின் மிகப்பெரிய தரிசனம் என்று தோன்றுகிறது. ஒரு கையளவு மைக்ராஸ்கோப் வழியாகப் பார்க்கும் காட்சியாகச் சொல்கிறார் பிரமிள். 'கலங்கியது நீரல்ல/ கண்காணா நுண்மை' என்று ஒரு வரி. தான் நுண்மையாக இருப்பதனாலேயே, நுண்மையான சகலத்தையும் பேச வேண்டியதாகிறது அவருக்கு.

125

நுண்ணோக்கியினூடான பார்வை ஒரு பிரபஞ்ச ரீதியான பார்வை தொடர்ந்து இயங்குகிறது. ஒட்டுமொத்தமாக நான் பிரமிளைப் படிக்கும்போது எனக்குள் ஒரு பிம்பம் ஓடிக்கொண்டிருக்கிறது. அதைச் சொல்லலாம் என்று தோன்றுகிறது. தரையில் காலூன்றிய ஒரு கணமும் அண்டவெளியில் பாதம் பதிக்கின்ற மறுகணமுமாக விசித்திர நிலைகொண்ட யாளி அது. அதன் கைபிடித்து நான் நடந்துகொண்டே இருக்கிறேன். அந்த உணர்வு தான் எனக்குள் இருக்கிறது. தரையில் அவருடைய கால்கள் சிக்கிய தருணங்கள் இல்லாமல் போயிருக்கலாமே என்ற ஆதங்கமும் இருந்துகொண்டே இருக்கிறது.

தமிழ்க் கவிதைகளில் முன்னோடிக் கவிஞர் என்பதைத் தாண்டி இன்றைய பார்வையில் பிரமிளின் இடம் என்று எதை நிர்ணயிக்க லாம்? எப்படி நிர்ணயிக்கலாம்? மேற்கத்திய அறிவியலும், இந்திய ஆன்மவியலும் சந்திக்கக்கூடிய புள்ளியாக பிரமிள் இருந்திருக் கிறார். ஆனால் தன்னுடைய கவிதையின் உபகரணங்கள் எதையுமே பிரமிள் மேற்கிலிருந்து எடுத்துக்கொள்ளவில்லை. அது மிக முக்கியமானது என்று நினைக்கிறேன். பிரமிள் தன்னுடைய பிரத்தியேகமான ஒரு கவிமொழியை, கூறுமொழியை உருவாக்கி யிருக்கிறார். அவருடைய படைப்புலகம் முழுக்கமுழுக்க இந்திய அல்லது தமிழ்க்கவியுலகம் சார்ந்தது. அவர் இங்கிருந்துதான் தனது சாதனையைத் தந்துகொண்டிருக்கிறார் என்பது முக்கியமான விஷயம்.

ஓர் அகண்ட பரப்பில் மனிதனுடைய இருப்பை, அது எழுப்புகிற கேள்விகளை, அதற்குத் தன்னளவில் கண்டுபிடிக்கிற பதில்களைப் பிரமிள் கவிதைகளுக்குள் கொண்டுவருகிறார். அதற்கு அவர் கருவிகளாகப் பயன்படுத்திக்கொண்டது, முதலில் ஆன்மீகம். இரண்டாவது அறிவியல் சார்ந்த விழிப்புணர்வு. இவை இரண்டை யுமே ஏற்கனவே சொல்லப்பட்ட அடிப்படைகளிலிருந்து முற்றிலும் மாறான புதிய ஓர் அனுபவமாகக் கொண்டு வந்திருக்கிறார் என்றே எனக்குத் தோன்றுகிறது. பிரமிள் ஆன்மீகத்தை வெறுமனே தெய்வம்சார்ந்த ஒன்றாக மட்டுமே சொல்லாமல், மனிதனுக்கும் கடவுளுக்கும் நடுவில் அல்லது மனிதனுக்கும் மனிதன் சார்ந்த அல்லது மனிதனல்லாத, மனிதனை மீறிய ஒரு பொருளுக்கும் நகரக்கூடிய ஓர் உரையாடலை உருவாக்கினார். அறிவியலுக்கு மனிதன் அடிபணிவது என்பதற்கு மாறாக, மனிதன் என்பவன் அதை எப்படி வசப்படுத்துகிறான் என்ற கேள்விக்கான பதிலாகப் பார்ப்பது. இவையிரண்டையும் தமிழ்க் கவிதைகளுக்குள் புதிதாய்க் கொணர்ந்தது பிரமிள்தான். இரண்டாயிரம் வருடக் கவிதை

களில் இல்லாத இந்த இரு கூறுகளைக் கொண்டுவந்தவர் அவர். இவையெல்லாமுமே தனித்தனியாக துறைசார்ந்து விவாதிக்கப்பட்டிருக்கலாம். ஆன்மீகத் தேடல் என்பது மதம் சார்ந்து தொடர்ந்து சொல்லப்பட்டிருக்கிறது. அறிவியல் சார்ந்த விஷயங்கள் தமிழ்க் கவிதைகளுக்குள் தரவுகளாகவோ மற்ற நோக்கங்களுக்காகவோ பேசப்பட்டிருக்கின்றன. ஆனால் இதை யெல்லாம் கவித்துவமானதாக, கவிஞனின் அனுபவமாக, கவிதை அனுபவமாக மாற்றியவர் பிரமிள் என்று நம்புகிறேன். அந்த அபாரமான கவித்துவ தரிசனத்தைத் தன்னுடைய வாழ்க்கை அனுபவமாகவே முன்னிருத்தினார் என்பதே பிரமிளின் முதன்மை. அவர் நிற்குமிடம் இந்தப் புள்ளிதான். ஆனால் இந்த இடம் சிறிதல்ல.

பிரமிளே ஓர் இடத்தில் கூறுகிறார்; 'அறிவுக்கு வியப்பில்லை, அறிவுக்கு திகைப்பைத் தருவதுதான் கவிதை.' இதில் அவர் எந்த இடத்திலும் அறிவிலும் சரி, அறிவின் வழியாகக் கண்டடைந்த பிரபஞ்ச தரிசனத்திலும் சரி அவர் திகைத்து நிற்கவில்லை. அந்த அளவுக்கு பிரமிள் சமாந்திரமாகவே பார்த்தார். தன்னியல்பாகவே பார்த்தார். அந்தப் பார்வைதான் அவரது கவிதையும்.

(ஈரோட்டில் 13 செப்டம்பர் 2015 அன்று பதிவுசெய்யப்பட்ட உரையாடலின் எழுத்து வடிவம்)

தொகுப்பு: செந்தூரன் ஈஸ்வரநாதன்,
லாவண்யா சுந்தரராஜன்